# முக்கோண மனிதன்

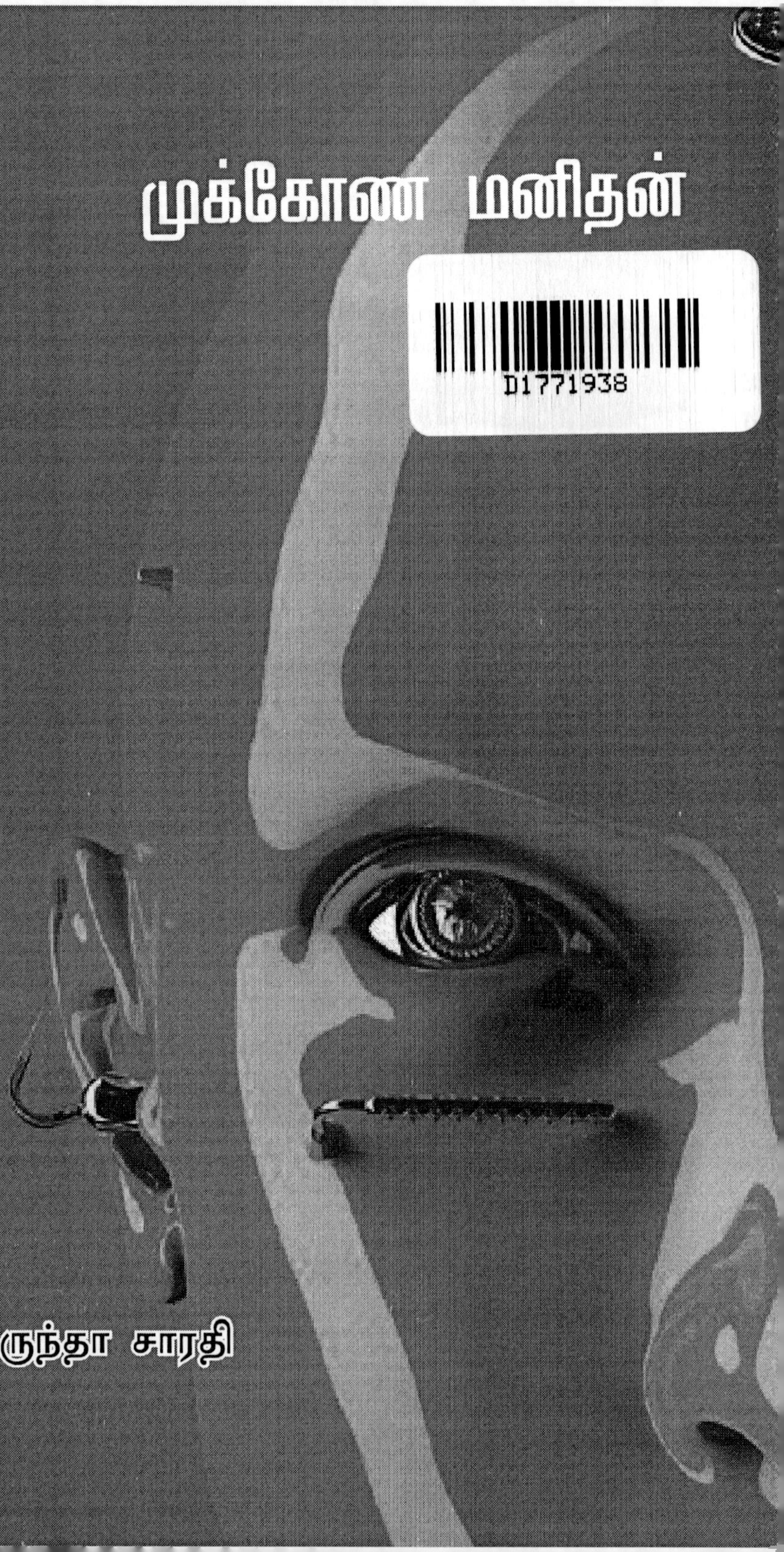

பிருந்தா சாரதி

# பிருந்தா சாரதி

பிருந்தா சாரதி எனும் புனைபெயரில் எழுதிவரும் நா.சுப்பிரமணியன் 1965ஆம் ஆண்டு கும்பகோணத்தில் பிறந்தவர். பெற்றோர் சுப.நாராயணன் - ருக்மணி. இவருக்குப் பூர்வீகம், மதுரை மாவட்டம், மேலூர் அருகேயுள்ள சண்முகநாதபுரம் கிராமம்.

கும்பகோணம் அரசினர் ஆடவர் கல்லூரியில் இயற்பியலில் இளம் அறிவியல் பட்டமும், மதுரைக் காமராசர் பல்கலைக்கழகத்தின் அஞ்சல்வழிக் கல்வியில் முதுகலைத் தமிழ் இலக்கியப் பட்டமும் பெற்றவர்.

1992ஆம் ஆண்டு இவரது முதல் கவிதை நூலான 'நடைவண்டி' வெளியானது.

2003ஆம் ஆண்டு 'தித்திக்குதே' என்ற திரைப்படத்தை இயக்கிய இவர், இயக்குநர் என்.லிங்குசாமி இயக்கத்தில் வெளிவந்த 'ஆனந்தம்', 'பையா', 'வேட்டை', 'அஞ்சான்', 'சண்டக்கோழி-2', 'வாரியர்' ஆகிய திரைப்படங்களுக்கு உரையாடல் எழுதியுள்ளார்.

உலகத் தமிழாராய்ச்சி நிறுவனம் 2007ஆம் ஆண்டு வெளியிட்ட 'TAMIL POETRY TODAY' மற்றும் 'LOCK DOWN POEMS' ஆகிய நூல்களில் இவரது கவிதைகள் ஆங்கிலத்தில் மொழிபெயர்க்கப்பட்டு சேர்க்கப்பட்டுள்ளன.

இவரது 'ஞாயிற்றுக்கிழமை பள்ளிக்கூடம்' கவிதைத் தொகுதி, 2016ஆம் ஆண்டுக்கான ஜெயந்தன் படைப்பிலக்கிய விருது பெற்றது. 'மீன்கள் உறங்கும் குளம்' என்ற ஹைக்கூ கவிதைத் தொகுதி, 2017ஆம் ஆண்டுக்கான அகில இந்தியத் தமிழ் எழுத்தாளர் சங்கத்தின் சிறந்த ஹைக்கூ கவிதை நூலுக்கான பரிசு பெற்றது. எண்களைத் தலைப்பாகக் கொண்டு எண்களின் பின் மறைந்திருக்கும் தத்துவத்தையும் புதிர்களையும் தர்க்கத்தையும் அன்றாட வாழ்வையும் கவிதைகளாக இவர் எழுதிய 'எண்ணும் எழுத்தும்' நூல் படைப்புக் குழும விருது (2017) பெற்றது.

'இருளும் ஒளியும்' (2019) ஒளியையும் இருளையும் பற்றியுமான ஆலாபனைகள். இந்நூல் 2020க்கான செளமா இலக்கிய விருது பெற்றிருக்கிறது.

இவரது பிற கவிதை நூல்கள்: 'பறவையின் நிழல்' (நூறு காதல் கவிதைகள்), 'பச்சையம் என்பது பச்சை இரத்தம்' (சூழலியல் மற்றும் அதன் பாதுகாப்பு குறித்த 125 ஹைக்கூ கவிதைகள்), 'பாஷோ என் பக்கத்து வீட்டுக்காரர்' (ஹைக்கூ).

கல்லூரிப் பாட நூல்களிலும் இவரது கவிதைகள் இடம்பெற்றிருக்கின்றன.

மின்னஞ்சல்:

sarathybrinda@gmail.com

# முக்கோண மனிதன்

### பிருந்தா சாரதி

### டிஸ்கவரி பப்ளிகேஷன்ஸ்
எண்: 9, பிளாட் எண்: 1080A, ரோஹிணி பிளாட்ஸ்
முனுசாமி சாலை, கே.கே.நகர் மேற்கு,
சென்னை - 600 078. பேச: 99404 46650

வெளியீட்டு எண்: 0031

முக்கோண மனிதன் (கவிதைகள்)
ஆசிரியர்: *பிருந்தா சாரதி*©
**MUKKONA MANITHAN** (Poems)
Author: **Brindha sarathy @ N.Subramanian**©
வடிவமைப்பு: லார்க் பாஸ்கரன்
உள் அட்டை ஓவியம்: சுந்தரம் முருகேசன்

Printed in India
First Edition: Dec - 2022
ISBN: 978-93-94762-52-7

Pages: 224

## Rs. 250

| *Publisher* | *Sales Rights* |
|---|---|
| **Discovery Publications** | **Discovery Book Palace (P) Ltd** |
| No. 9, Plot,1080A, Rohini Flats, | No. 1055B- Munusamy Salai, |
| Munusamy Salai, | K.K.Nagar West, |
| K.K.Nagar West, | Chennai-600 078. |
| Chennai - 600 078. | Ph: (044) 4855 7525 |
| Mobile: +91 99404 46650 | Mobile: +91 87545 07070 |

discoverybookpalace@gmail.com
WWW.DISCOVERYBOOKPALACE.COM

இந்த நூலில் பிரசுரமாகியுள்ள எந்த ஒரு பகுதியையும் பதிப்பாளரின் எழுத்துபூர்வமான முன்அனுமதி பெறாமல் எடுத்தாள்வதோ, மறுபிரசுரம் செய்வதோ, மொழியாக்கம் செய்வதோ, அச்சு மற்றும் மின்னணு ஊடகங்களில் மறுபதிப்புச் செய்வதோ, காப்புரிமைச் சட்டப்படி தடை செய்யப்பட்டுள்ளது. இந்த நூலிலிருந்து குறிப்பிட்ட பகுதிகளை மேற்கோள்காட்டி புத்தக விமர்சனம் செய்ய, ஊடகங்களுக்கு மட்டும் அனுமதி உண்டு.

உங்கள் மொபைல் போனிலிருந்து ஸ்கேன் செய்து
'டிஸ்கவரி புக் பேலஸ்' மொபைல் ஆப்பை டவுன்லோடு
செய்து, புத்தகங்களை வாங்குங்கள்.

என்
மூத்த சகோதரி சந்திரா
மற்றும்
மாமா கணபதி
ஆகியோரின் அன்புக்கு...

## நன்றி

குமுதம்
குங்குமம்
தமிழ் இந்து
இனிய உதயம்
அமுத சுரபி - தீபாவளி மலர்
இருவாச்சி - பொங்கல் மலர்
படைப்பு - கல்வெட்டு
பேசும் புதிய சக்தி
படைப்பு - தகவு
கவிதை உறவு
பீப்பிள்ஸ் டுடே
ரௌத்திரம்
நிலவெளி
மகாகவி
ராணி
நிறை
தை

மற்றும்

சென்னை வானொலி
 முகநூல்
இயக்குநர் என்.லிங்குசாமி

# என்னுரை

## சில சொற்கள்

*

அனைவருக்கும் வணக்கம்.

கடந்த ஐந்து ஆண்டுகளில் நான் எழுதிய நீண்ட கவிதைகளின் தொகுப்பு இது. இந்த ஐந்து ஆண்டுகளில் என் 'மீன்கள் உறங்கும் குளம்', 'இருளும் ஒளியும்', 'பச்சையம் என்பது பச்சை ரத்தம்', 'பாஷோ என் பக்கத்து வீட்டுக்காரர்' ஆகிய ஹைக்கூ மற்றும் குறுங்கவிதைத் தொகுப்புகள் வெளிவந்துள்ளன.

அவை ஒவ்வொன்றும் ஒரு தலைப்பின் கீழ் அல்லது ஒரு வகைமையின் கீழ் எழுதப்பட்டதால் தனித்தனிக் கோப்புகளாக கைவசம் இருந்தன. எனவே, அவற்றை வெளியிடுவதில் சிரமம் எதுவும் வரவில்லை. இந்த நீண்ட கவிதைகள் வெவ்வேறு காலகட்டங்களில் வெவ்வேறு பத்திரிகைகளில், இணைய இதழ்களில், முகநூலில் வெளிவந்தவை. இவற்றை முறையாகத் தொகுத்து வைக்கவில்லை.

முகநூலில் பதிந்தவற்றைத் தனியாக ஒரு கோப்பில் சேமித்து வைக்கும் வழக்கம் என்னிடம் இல்லை. அது மிகப் பெரிய தவறாகிவிட்டது. அதனால், இவற்றை நூலாக வெளியிடுவதில் தாமதம் ஏற்பட்டுவிட்டது. இல்லையெனில் இதன் ஒரு பகுதி 2019ல் நூலாக வந்திருக்க வேண்டும்.

காலதாமதம் ஏற்பட ஏற்பட நாம் எழுதியவற்றில் பலவற்றை நாமே விலகி நின்று பார்த்து இவை தேவைதானா என்று யோசித்து நீக்கிவிட நேர்கிறது. இது ஒரு விதத்தில் நல்லதுதான் என்றாலும் ஒவ்வொரு காலகட்டத்தையும் எப்படி நாம் கடந்து வந்திருக்கிறோம் என்பதற்கான பதிவுகளாகவும் இருப்பதால் இன்னொரு விதத்தில் அவை அவசியமாகின்றன.

நீண்ட கவிதைகள் எழுதும்போது நின்று நிதானமாக ஒரு கருப்பொருளை ஊன்றி அதன் வளர்ச்சியை நுட்பமாகக் கவனித்து எழுத முடிகிறது. நம் கருத்துகள் இவைதான் என்பதை இவை நமக்குத் தெரியப்படுத்துகின்றன. நம் நம்பிக்கைகளை ஞாபகப்படுத்துகின்றன. நம் அந்தரங்கத்தையும் ஆழப் புதைந்திருக்கும் உணர்வுகளையும் மனதின் மேல் மட்டத்திற்குக் கொண்டுவந்து மிதக்க விட்டு நம்மை கவனிக்க வைக்கின்றன. சில சமயங்களில் துணுக்குற வைக்கின்றன.

தொடர்ந்து எழுதுவது என்பது ஒரு பழக்கமாகி, எழுத்து நம் கைவசமாவதைக் காண்கையில் அலாதியான ஒரு சுகம் கிடைக்கும். அது இக்காலகட்டத்தில் கிடைத்தது என்பதை உணர்ந்தேன்.

தொடர்ந்து கவிதை எழுதும் வாய்ப்பை முகநூல் அளித்தது. என் மனநிலை, நேரம், வசதி இவற்றைப் பொறுத்து நானும் அதைத் தொடர்ந்து பயன்படுத்திக்கொண்டேன். தொகுப்புக்காகத் தேடியபோது கிடைத்தவற்றில் சிலவற்றை நீக்கிவிட்டு ஓரளவுக்கு மனதுக்கு நிறைவானவற்றை மட்டும் இந்நூலில் சேர்த்திருக்கிறேன்.

இந்த ஐந்து ஆண்டுகளில் நான் கடந்துவந்த பாதையில் பதித்தத் தடங்கள் இவை. காற்று அழித்த, மழையில் மறைந்த சுவடுகள் போக எஞ்சியவை இவை.

கனவில் கிடைத்த புதையல்போல என் கையில் சிக்காமல் நழுவிச் சென்ற கவிதைகள் சில. கையில் அள்ளும்போதே வழிந்து விடுகிற நீரைப்போல தொகுக்கும்போது விடுபட்டவை சில. எஞ்சியவைதான் என்றாலும் இவற்றிலும் என்னைக் காண முடியும். உடைந்த கண்ணாடியும் முழுமையான கண்ணாடி செய்யும் வேலையைக் குறைவில்லாமல் செய்யும்.

நான் நடந்துவந்த பாதையின் நினைவுக்குறிப்புகள் என்றே இவற்றைக் கொள்கிறேன்.

இந்நூலை என் மூத்த சகோதரி சந்திரா அவர்களுக்குச் சமர்ப்பணம் செய்கிறேன். என் பெற்றோரின் செல்ல மகளாக வளர்ந்தவர் அவர். நான் பள்ளிக்கூடம் போகும்போது எனக்குத் தலைசீவிவிட்டு, வீட்டுப்பாடம் சரிபார்த்து அனுப்பி வைத்தவர். என் மகனுக்கும் அதையே செய்து அனுப்பும் அவசியம் உருவாயிற்று; செய்தார். அவருக்கு எதைக் கொடுத்தாலும், எவ்வளவு நன்றி சொன்னாலும் போதாது.

அன்பின் முன்னால் மனிதன் சிற்றெறும்பு. நான் இப்போது அவ்விதமே உணர்கிறேன்.

நூலை வெளியிடும் 'டிஸ்கவரி பப்ளிகேஷன்ஸ்' மு.வேடியப்பன், வடிவமைப்பு செய்த லார்க் பாஸ்கரன் மற்றும் பொன்ஸீ, கவிதைகளை வெளியிட்ட பத்திரிகைகள், ஊடகங்கள், ஊக்கப்படுத்திய முகநூல் நண்பர்கள் அனைவருக்கும் என் மனமார்ந்த நன்றிகள்.

அன்புடன்,

**பிருந்தா சாரதி**

சென்னை / 11.12.2022

(மகாகவி பாரதி பிறந்தநாள்)

ஒரு கடிதம்

# உணர்வின் ஓவியம்

முனைவர் **ஔவை நடராசன்**

(முன்னாள் துணைவேந்தர், தஞ்சைத் தமிழ்ப் பல்கலைக்கழகம்.)

'இலக்கியச்சிறகு இரு புறமும் அசைய கலைவானில் பறக்கும் கவிதைப் பறவை!' என்று கவியரசர், பிருந்தா சாரதியைப் பாராட்டியது என் நினைவில் உள்ளது.

கலையுலகின் கணுக்கள் விடாமல் கற்றுப் பழகியவர். இயக்குநர் லிங்குசாமியின் இதயக்கனியாய் கவிஞர் பிருந்தா சாரதி ஆற்றிய பணிகள் நாடறிந்தவை.

ஆழமான சிந்தனையில் அழகிய சொற்களை அடுக்கிக் காட்டி அளவோடு எழுதும் ஆற்றல் கவிஞருக்குக் கைவந்த கலை.

இயற்கைக்குப் பறிகொடுத்த மனமும், ஈரங்கசியும் கண்களும், நடுங்கும் விரல்களும் கவிதைகளாகக் காட்சியளிக்கின்றன.*

இயல்பாகப் பிறந்த அவரது கவிதைகளில் நுணுக்கங்கள் எப்படி மறைந்துள்ளன என்று ஒவ்வொரு தொடரின் ஓட்டத்தை நீர்வளப் பொறியியலாளர் ஆய்ந்தெழுதிய விளக்கங்கள் வியப்பூட்டுகின்றன.**

சிற்றூர்கள் சிற்றெறும்புகளாகத் தேய்ந்துவிட்டன. சிற்றூர்களை இனிமேல் குறுநகரம் என்றே அழைக்கலாம். ஊர்மக்களே மல்லி, மரிக்கொழுந்து, கனகாம்பரம், மயிலி, குயிலி என்ற பெயர்களை மாற்றிக்கொண்டனர். செயற்கை வடிவங்களே இனி உலகை அரசாளுமோ?

கவிஞரின் மனம் கனவு காண எல்லையேது?

மரங்களுக்கும் செடிகொடிகளுக்கும் மலர்களுக்கும் அவர் ஏங்கும் ஏக்கங்கள் எந்நாளும் நினைவில் நிற்பவை!

கவியரசர் பிருந்தா சாரதி இயற்கை பாடும் ஈடற்ற உணர்வாளர்!
கவியரசர் கலைத்திறம் வெல்க!

சென்னை,
15.06.2021

அன்போடு,
**ஔவை நடராசன்**

---

* பச்சையம் என்பது பச்சை ரத்தம் (சூழலியல் ஹைக்கூ கவிதைகள்)

** ஹைக்கூ தூண்டிலில் ஜென் (பிருந்தா சாரதியின் 'மீன்கள் உறங்கும் குளம்' ஹைக்கூ கவிதைகளை முன்வைத்து பொறியாளர் கோ.லீலா எழுதிய நூல்.)

# அசலான கவிஞன் பிருந்தா சாரதி
## எழுத்தாளர் **பவா செல்லதுரை**

பணிபுரியும் சூழல் ஒரு மனிதனின் படைப்பூக்கத்தை மெல்ல பலி கேட்கும். பல பேர் நாளடைவில் அதை மெல்ல மெல்ல இழந்துவிட்டு பணியாளராகவே மிஞ்சுவார்கள். திரைத்துறையில், உரையாடலில் உச்சத்தைத் தொட்ட பிருந்தா சாரதிக்கு அடிமனதில் கவிதையே தேங்கி இருக்கிறது. பள்ளி முடிந்து வீட்டுக்கு வரும் சிறுமி தன் சீருடையைக்கூட மாற்றாமல் ஓடிப்போய், 'மறைத்து வைத்திருந்த மயிலிறகு குட்டி போட்டுவிட்டதா!' என வியந்து துழாவுவது போல இது.

இத்தொகுப்பில் பல கவிதைகள் முற்றுப்பெற்றும், சில கவிதைகள் உச்சம் தொட்டும், வெகு சில கவிதைகள் கவிதையின் தருணங்களைத் தொடுபவையாகவும் உள்ளன. 'ஆசான்' என்ற தலைப்பிடப்பட்டக் கவிதைதான் பிருந்தா சாரதியின் ஆழ்மனம். இப்பூமியில் தீராப் பயணியாக கீழ்நோக்கிப் பயணித்து, பின் வானில் ஏறும் மழைத்துளியைத் தன் ஆசானாகப் பார்க்கிற கவித்துவ மனம் அது. நட்டு, போல்டுகளால் ஆன ஒரு நவீன மனிதனை முன்னிறுத்தி மனிதச் சிதைவை நினைவுபடுத்தும் வரிகள் மீண்டும் மீண்டும் நம் வாசிப்பைக் கேட்டு நிற்கின்றன.

'நன்றியறிதல்' கவிதை வரிகள் இப்படி நிறைகிறது:
*'காலத்தே நிகழ்வதுதான் நிலைக்கும் என்பதை / நான் அறிவேன் என்றாலும் / வழியெல்லாம் வலி என்றால் வாழ்வதெப்படி?'*

இதில் தான் அனுபவித்த வலியை சொற்கள் மூலம் நமக்குக் கடத்துகிறார். கவிஞனுக்கு மட்டுமே இது சாத்தியம். பிருந்தா சாரதியின் கவிதை உலகு மிக எளியது போல காட்சி தரும் அடர்த்தி மிக்கது. பூக்கள், நிலவு, நட்சத்திரங்கள் அவர் கவிதைகளில் வந்து போனாலும் இறுதியில் மனிதர்களே நிறைகிறார்கள். தாவரத் துளிர்ப்பைப் போல, மனித ஜனனம் போல மிக எளிய வரிகள் அவரிடம் இருந்து துளிர்க்கின்றன. சொற்களை சிக்கனப்படுத்தவும், கருங்கல்லில் இருந்து தனக்கான சிலைத் தேர்வையும் கண்டடையும் கவிதைகள் இத்தொகுப்பு முழுக்க இருக்கின்றன.

பிருந்தா சாரதி அசலான கவிஞன்.

அன்புடன்,
**பவா செல்லதுரை.**

திருவண்ணாமலை

## உள்ளடக்கம்

1. ஆசான் — 15
2. முக்கோண மனிதன் — 16
3. எங்கிருக்கிறது உன் அழகு? — 18
4. பூக்கும் செடிகளுக்கு நீரூற்றும் தோட்டக்காரர்கள் — 21
5. சாகசம் — 24
6. முத்தங்களைச் சமைப்பவள் — 25
7. காயசண்டிகை — 28
8. வீடுபேறு — 30
9. நன்றியறிதல் — 32
10. ஃபேஷன் ஷோ — 34
11. இணையத்தின் காலம் — 37
12. நீரால் எழுதிய நினைவுகள் — 41
13. விரல்கள் — 42
14. விரல்கள்-2 — 44
15. பூமிக்கு வந்த கடவுள் — 45
16. காட்சிப் பிழைகள் — 49
17. காதலும் கண்ணீரும் — 50
18. காத்திருப்பேன் — 54
19. சகுனி சாகவில்லை — 56
20. ஒற்றை இறக்கைப் பறவை — 59
21. முடிவற்ற கற்பனை — 61
22. சித்தன் — 63
31. உன் உள்ளங்கையில் உருளட்டும் என் கண்ணீர்த்துளி — 67
32. இசைத்தட்டு: சில ஞாபகக் குறிப்புகள் — 71
33. இருநூறு ஆண்டுகள் தாமதம் — 74
34. ஆண் எனும் பிறவி — 77
36. சவப்பெட்டி செய்பவன் — 78
37. நெடுஞ்சாலை நடுவேயும் முளைவிடும் தாவரம் — 83
39. காணாமல் போனவர்கள் பற்றிய அறிவிப்பு — 84
40. மதிய உறக்கத்தின் நியாயங்கள் — 88
41. சொற்கள் — 91
42. அருங்காட்சியக ஓவியங்கள் — 94

| | |
|---|---|
| 43. உடைந்ததை நொறுக்கிவிடு | 97 |
| 44. மரணத்திடம் ஒரு வேண்டுகோள் | 99 |
| 46. நடைப் பயிற்சி 10 | 101 |
| 47. காதல் தாவரம் | 103 |
| 49. தரிசனம் | 105 |
| 50. கண்கட்டு வித்தை | 107 |
| 51. உன் பாடல் | 109 |
| 52. கண்ணாடித் தாமரை | 110 |
| 55. வேப்பம் பழங்கள் ஏன் இனிக்கின்றன? | 112 |
| 56. தேநீர் சந்திப்பு | 113 |
| 57. நாகலிங்க மரத்தடியில் பிறக்கும் இசை | 115 |
| 60. கனலும் இதயம் | 118 |
| 61. மதிப்பு | 120 |
| 62. பொம்மைக் கல்யாணம் | 122 |
| 65. இது இன்னொரு மழைக்காலம் | 125 |
| 67. வேர்த்திரள் | 128 |
| 68. கைகள் கட்டப்பட்ட கடவுள் | 130 |
| 70. உயிர்த் திசை | 132 |
| 72. காதல் பூதங்கள் | 134 |
| 73. ஒரு குழப்பமான நாள் | 136 |
| 74. இரவின் கருணை | 138 |
| 76. வெறுமையை நிரப்புதல் | 140 |
| 77. விளக்கும் விட்டிலும் | 142 |
| 78. பொம்மலாட்டம் | 145 |
| 79. மே தினம் கொண்டாடாதவர்கள் | 147 |
| 81. பெயரில் என்ன இல்லை? | 152 |
| 82. உலோக இதயம் | 155 |
| 83. பரம்பரை வீடு | 157 |
| 84. தூத்துக்குடி | 158 |
| 86. கடலினும் பெரிது | 159 |
| 87. திரை | 161 |
| 88. ஏர் ஆயுதம் | 163 |
| 89. மாமழை | 167 |
| 90. சூழாங்கல் | 169 |
| 90. இன்னும் ஆழமாய் | 170 |

91. என் தாகமே தணிந்துவிடாதே  171

**புயலில் சாய்ந்த காடு**
(கஜா புயல் கவிதைகள்)
1. கஜா எழுதிய விதி  174
2. கணக்கெடுப்பு  176
3. கூட்டுச் சவக்குழி  178
4. கரையேறுவது எப்போது?  180
5. புயலில் தப்பிய ஆட்டுக்குட்டி  181
6. மழைக்கு ஒதுங்கிய வானம்  184

**மாபெரும் தனிமை**
(கொரோனா ஊரடங்கு காலக் கவிதைகள்)
1. கொரோனா நாட்கள்  188
2. ஊரடங்கு நாட்குறிப்புகள்  192
3. இந்தக் கொடிய காலத்தின் பெயர் கொரானா  194
4. நெருநல் உள ஒரு நோய்  196
5. எப்போது? அது எப்போது?  199
6. திரும்பிச் செல்லும் பாதங்கள்  202
7. நெடுஞ்சாலைச் சுவடுகளுக்கு முத்தமிடும் மூதாட்டி  205
8. எதிர்த் திசை  207

**இரண்டு பார்வைகள்**
1. எல்லைகளற்ற வானம்  214
   - **இராம.குருநாதன்,** (பேராசிரியர், தமிழ் இலக்கியம்)
2. முக்கோணத்தில் அடங்கிய முக்கால வடிவங்கள்  219
   - **நவீனா,** (உதவிப் பேராசிரியர், ஆங்கில இலக்கியம்)

## ஆசான்

வானில் பிறந்து
வளியைக் கடந்து
மலையில் விழுந்து
நதியாய் ஓடி
மண்ணில் கலந்து
புல்லாகி பூவாகி
செடியாகி மரமாகி
காயாகி கனியாகி
உணவாகி உயிராகி
கழிவாகிக்
கடலில் கலந்த பின்னும்
ஓயாமல்
மீண்டும் வானில் ஏறும்
தீராப் பயணியே
மழைத்துளியே
நீயே என் ஆசான்.
*

# முக்கோண மனிதன்

முக்கோண முகத்தோடு
ஒருவனைக் கண்டேன்
இன்று காலை
கடற்கரைச் சாலையில்.

உருளை வடிவத்தில்
உலோகத் தகடுகளால் ஆகியிருந்தது
அவனது உடல்.

நட்டு போல்ட்டுகளும்
ஸ்குரூ போன்ற உபரி பாகங்களாலும்
இணைக்கப்பட்டிருந்தன
அவனது உடல் உறுப்புகள்.

அவன் அசைந்து நகரும்போது
இணைப்புகளில்
கீச்... கர்... போன்ற சத்தங்கள்
எழுந்து அடங்கின.

வினோத அயலுலகவாசி அல்லது
நவீன இயந்திரன்
என நினைத்துக்கொண்டேன்.

சாலையின் ஒரு சந்திப்பில்
காதலர் இருவர் தம்மை மறந்து
முத்தமிட்டுக்கொண்டிருந்ததைக்
கடந்தபோது
அந்த விபரீதம் நிகழ்ந்தது.

ஒரு கும்பல் அவர்களை
ஆயுதங்களால் தாக்கத் தொடங்க
அனைவரும் பதறி
ஓடத் தொடங்கினோம்.

முக்கோண முக மனிதன் மட்டும்
வேகமாக அவர்களை நெருங்கிப்
போராடத் தொடங்கினான்.

அவன் ஒரு அயலுலகவாசி என
நான் நினைத்தது சரிதான் என்று
எண்ணிக்கொண்டே
வீடு வந்து சேர்ந்தேன்.
*
(நன்றி: 'இந்து தமிழ் திசை' - 21.09.2016.)

## எங்கிருக்கிறது உன் அழகு?

அழகிப் போட்டி
எதிலும் கலந்துகொண்டு
எந்தப் பட்டமும் பெறாதவள் நீ.

ஆனாலும்
உலக அழகிகளை விட
உன்னத அழகியென்று
உன்னைத்தான் கூறுவேன்.

சாயம் பூசிக் கண்ணைக் கவரும்
கவர்ச்சியிலா இருக்கிறது
உன் உதட்டழகு?

கைவிடப்பட்ட குழந்தை ஒன்றைக்
கையில் அள்ளி முத்தமிட்டாயே...
அந்த அன்பில் இருக்கிறது
உன் அதரங்களின் அழகு.

அழகு நிலையங்களில் திருத்தம் செய்யப்பட்ட
புருவ ஒழுங்கிலோ
கருமை தீட்டப்பட்ட
இமை முடிகளிலோவா இருக்கிறது
உன் விழியழகு?

விபத்தொன்றில் கொத்துக்கொத்தாய்
மனித உடல்கள் சிதறிக்கிடந்த
தொலைக்காட்சிச் செய்தியைப்

பார்த்துக்கொண்டிருக்கும்போதே
கண்ணீர் கசிந்ததே...
அந்த மனிதநேசத்தில் இருக்கிறது
உன் மணிவிழி அழகு.

கச்சிதமாய் நகம் வெட்டி
வண்ணச் சாயம் தீட்டி
சுத்தமாய்
மிளிர வைத்திருப்பதிலா இருக்கிறது
உன் கைளின் அழகு?

அடைமழை நாளொன்றில்
சேற்றில் சரிந்து கிடந்த செடியொன்றை எடுத்து
மீண்டும் நட்டு வைத்தாயே
அந்தக் கருணையில் இருக்கிறது
உன் கரங்களின் அழகு.

நூற்றுக்கணக்கான
வெறித்த கண்களுக்கு நடுவே
நீச்சல் உடை அணிந்து
ஒயிலாக
பூனை நடை நடப்பதிலா இருக்கிறது
உன் கால்களின் அழகு?

போக்குவரத்து நிறைந்த சாலை ஒன்றின்
குறுக்கே ஓடிய
குட்டி நாயொன்றை
அவரசரமாக ஓடிப் போய்
அடிபடாமல் காத்தாயே...

அந்தப் பதற்றமும் பரபரப்புமான
பாதங்களில் இருக்கிறது
உன் கால்களின் அழகு.

தங்க நிறத்தில் தகதகப்பதிலா இருக்கிறது
உன் அடிவயிற்றின் அழகு?

அடுத்தவர் பசியையும்
உன் வயிற்றால் அறிவாயே
அந்தத் தாய்மையில் அல்லவா
இருக்கிறது அது.

மார்பளவு இடையளவு தொடையளவு
கச்சிதமாக
அமைந்திருக்கும்
கவர்ச்சி மிகுந்த உடலில் அல்ல...

அதற்குள்
துடித்துக்கொண்டிருக்கிறதே
குழந்தைத்தனம் மாறாமல் ஓர் இதயம்...

அதன் தெய்வீகத்தில் இருக்கிறது
அப்பழுக்கற்ற உன்
அழகு.
*

(நன்றி: 'இந்து தமிழ் திசை' - 28.02.2018,
கலைஞன் பதிப்பகம்- 2000-2020 சிறந்த படைப்பாக்கங்கள்.)

# பூக்கும் செடிகளுக்கு நீரூற்றும் தோட்டக்காரர்கள்

பூங்காவின் சிமென்ட் நாற்காலியில்
அமர்ந்திருந்தன நிழல் உருவங்கள் இரண்டு.

ஒன்று அடக்கமுடியாமல் சிரித்தபடி
மற்றொன்று அதை முறைத்தபடி.

தூரத்து விளக்கின் கீழ் இருந்து அவற்றைக்
கவனித்துக்கொண்டிருந்தேன்.

அது மாலை மயங்கி
இருள் தயங்கி நுழையும் வேளை.

சிறிது நேரத்தில் சிரித்தது அழுதது
முறைத்தது ஆறுதல் சொல்லிக்கொண்டிருந்தது

ஒன்றின் கைகளை மற்றது பற்றிப் பிணைந்து
இறுக்கி
இளகி
விரல்கள் கோர்த்து
சொடக்கெடுத்து
மொழி தாண்டிய மொழியால்
உரையாடிக்கொண்டிருந்தன
ஆட்கள் போவதும்
நேரம் போவதும் அறியாமல்.

சற்றே திரும்பி மீண்டும்
கவனிக்கையில்
ஒன்றின் தோளில் இன்னொன்று
இடைவெளி இன்றி ஒன்றியிருந்தது.

பொது இடத்தில் என்ன இது
அநாகரிகம் எனத் தோன்றியது
அவற்றைப் பார்க்கும்போது.

பூங்காவைச் சுற்றி வந்த
காவலாளியிடம்
புகார் கூற நினைத்த என்னை
நெருங்கி வந்து
கண்டித்தார் அவர்:

காது கேளாத வாய் பேசாத
காதலர்கள்...
குறுகுறுவென்று பார்த்து அவர்களைத்
தொந்தரவு செய்யவேண்டாம் என.

அவரது குரலின் கடுமையை விட
பெரிதாய் இருந்தது
அவர் இதயத்தின் கருணை.

அவரது பார்வையை வாழ்த்தி
எனது பார்வைக்கு வருந்தி
திரும்பிக்கொண்டேன்.

பூத்துக் குலுங்கிக்கொண்டிருந்தன
அவர் நீரூற்றும் பூங்காச் செடிகள்.

மீண்டுமொரு முறை
நிழல்களைப் பார்க்கத் தோன்றியது
காவலாளி பார்க்கிறாரா எனக்
கவனித்துவிட்டுப் பார்த்தேன்.

நிழல்களின் விரல்களில்
இன்னமும் பீறிட்டுக்கொண்டுதான் இருந்தது
அன்பின் நீரூற்று.

எழுந்து புறப்பட்டேன்
பூக்கும் செடிகளுக்கு
நீரூற்றும் தோட்டக்காரர்கள் இருக்கும்வரை
உலகின் மேலான என் நம்பிக்கை வற்றாது.
*

(நன்றி: 'இந்து தமிழ் திசை' - மே 24, 2017)

# சாகசம்

என் அறையைப்
பொன்மயமாக்கிக்கொண்டிருந்த
அந்த மாலை நேர
மஞ்சள் கதிரொளியைத்
திருப்பி அனுப்ப மனமில்லை.

ஜன்னலைச் சாத்தினேன்
அதை நிரந்தரமாக்கிக்கொள்ள.

சாத்தும் போதே வெளியேறத்
தொடங்கியது அது.

வேறொரு உத்தி யோசிக்க நேரம் தராமல்
ஒவ்வொரு கணமும் ஓயாமல்
நகர்ந்தபடி வேறு இருக்கிறது.

கைகளில் சிக்காத அதைக்
கட்டிப்போடுவது எப்படி?

நீண்ட நேரம் சிந்தித்துக் கடைசியில்
இந்தக் கவிதையில் கட்டிவைத்தேன்
அதன் ஒளிக்கீற்று ஒன்றின் முனையை.

இப்போது பாருங்கள்
என் அறை
பொன்னொளியில் மின்னிக்கொண்டிருகிறதல்லவா?
*

## முத்தங்களைச் சமைப்பவள்

முதல் பார்வையில்
மனதைத் தீப்பற்ற வைத்துப்
பின் தீண்டல்களால்
வாழ்நாள் முழுமைக்குமான உணவைச்
சமைக்கத் தெரிந்தவள் அவள்.

பறித்த கிழங்கின் வாசனையும்
பனை நுங்கின் ருசியும்
அவள் அங்கங்களில்.

வேறு வகை உணவுகளும் உண்டு அவளிடத்தில்.

ஜென்மாந்திரப் பசியை நொடியில் தீர்க்கும்
அட்சய பாத்திர உள்ளங்கையில்
உலகறியா நறுமணத்தைப்
பதுக்கியிருந்தாள்.

அவன் கனவுகளின் கூடாரத்தைக் கைப்பற்றி
வாஸ்து பார்த்து
ஒரு மூலையில்
தன் சமையல்கூடத்தை அமைத்துக் கொண்டாள்.

அவர்கள் நெருக்கத்தில்
சிக்கிமுக்கிக் கல்லுரசி
பற்றி எரிகிறது பருவத்தின் அடுப்பு.

பசி வழியும் பாத்திரத்தில்
தாகங்களால் கொதிக்கவைக்கிறார்கள்
ஆசைகளை.

உலை தளதளக்க
நீள்கிறது சமையல்.

ஆதிமனிதன் வேட்டையாடிய
மாமிசம் மணக்கிறது
அச்சமையலில்.

சமைத்தபடியே
மாறி மாறி ருசி பார்ப்பதால்
காலியாகிவிடுகிறது உணவு
ஒவ்வொரு முறையும் சமையல் முடியும் முன்பே.

காயசண்டிகையாய்
தீராப்பசி கொண்டு அலையும் மனதை
வேடிக்கை மட்டும்தான் பார்க்கிறது
சோர்ந்துபோன உடல்.

பசியே ருசி என்பதை உணரும் கணத்தில்
அமிர்தமென ஊறிப் பரவுகிறது
இரண்டு உடல்களிலும்
காதல்.

*

## காயசண்டிகை

திக்குமுக்காடிப் போனேன்
ஒரு கணம்.

ஓர் அலுவலகப் பணியாய் உனதூர் வந்தவன்
சொல்லாமல் கொள்ளாமல்
திடீரென உனதில்லம் வந்து நின்றேன்
கால இடைவெளியின்
தூரம் கடக்க இயலாது
தயங்கித் தயங்கி.

பின்மதிய உறக்கம் கலைந்து எழுந்து
அவசரமாய் உடை திருத்தி
எதிர்பாராதவனின்
எதிர்பாரா வருகை தந்த
வியப்பு வழியும் விழிகள் விரிய வரவேற்று
மீண்டும் மீண்டும்
உணவருந்தச் சொல்லி வற்புறுத்தினாய்.

வயிறு முட்டச் சாப்பிட்டுவிட்டுத்தான் வருகிறேன்
எனச் சொல்லிக்கொண்டே
இருந்தேன் நான்.

பொய் சொல்லாதே
மறுபடி மறுபடி எனச் சட்டென
என் கை பற்றி உள்ளங்கையை
நாசியில் வைத்து முகர்ந்தாயல்லவா?

உயிர்த்திருந்த காலங்களின்
உணர்வு நிலைகளில் எல்லாம்
உச்சம்தொட்டது அக்கணம்.

ஒரு நொடியின் பிசிறில்
என் உணவில் மணமில்லை என்பதை
நீ உணர்ந்திருக்கக் கூடும்.

ஆயின்
உனதன்பின் நறுமணத்தை
காலம் தாண்டியும் சொல்லியதுன் சுவாசம்
என் உள்ளங்கையில்.

கூட்டமில்லா
இந்த மதிய நேரப் பேருந்தில்
நீ முகர்ந்த
என் உள்ளங்கையை
மீண்டும் மீண்டும் முகர்ந்தபடியே பயணிக்கிறேன்
உன்னைக் கரம் பற்ற இயலா விதியின் முன்
பசியோடு விசும்பியபடி.

கூடவே வருகிறது
என் கோழைத்தனம்.

*

# வீடுபேறு

நேசிப்பவர்களை உதாசீனப்படுத்துவதும்
உதாசீனப்படுத்துபவர்களை
நேசிப்பதுவதுமாகவே
ஓடிவிட்டது இத்தனைக் காலம்.

ஒரு ரோஜாப் பூவைப் பறிப்பதற்காக
ஆயிரம் முறை விரல்களைக்
குத்திக் கொண்டாலும்
இந்த கைகள் மீண்டும் மீண்டும்
அந்த ரோஜாவையே தேடிப் போவதேன்?

அந்த அறிவீனத்தையாவது விட்டுவிடுவோம்...
நிராகரிகப்படுவதன் அவமானத்திற்காவது
அஞ்ச வேண்டும் அல்லவா?

வெட்கமே இல்லாமல்
மூடிய வாசலில் முன்னால்
இதயத்தை ஏந்தி
இத்தனைக் காலம் நான் நிற்பதேன் ?

யாரையோ கேட்பது போல்
எனக்குள் நானே பேசிக்கொள்கிறேன்.

ஒரு மகுடம் போல் மௌனத்தை
எவ்வளவு காலம் நீ
சூட்டிக்கொண்டிருப்பாய்?

எனக்குத்தான் யாசிக்கும் வெட்கமில்லை
நீயாவது இல்லை என்று மறுதலிப்பதின்
துக்கத்தை உணரக்கூடாதா?

மீண்டும் ஒருமுறை
நீ நீயாகவும்
நான் நானாகவுமா
இப்புவியில் பிறக்கப் போகிறோம்?

இவ்வளவு காதலை
அடை மழைக் காலம் சொல்லும்
அளவீடுகள் கூட அறிந்திருக்குமா?
நீயே சொல்.

நிறம் மாறவில்லை
ஆனால் வற்றிவிட்டது
நான் சுமந்துவந்த மேகம்.

இந்தக் கடைசி மழைத்துளியை
உன் முள்ளின் மீது தெரிந்தே விடுகிறேன்.

உன் இதழ்களில்
கண்ணீர் துளி போல் அரும்பும்
காலைப் பனித்துளி என் மீது விழுந்து
அதிலாவது ஐக்கியமாகட்டும் எனதுயிர்.

காத்திருந்த மல்லிகை
முல்லைக் கனகாம்பரங்கள்
விட்ட சாபமோ என்னவோ?

இதுதான்
இந்த இப்பிறவியில்
என் வீடுபேறு போலும்.
*

(நன்றி: 'காமதேனு' - 02.06.2021)

## நன்றியறிதல்

சொற்களால் இதயத்தின் காயங்களை
ஆற்ற முடியும் என்பதைச் சொன்னது
இன்று நீ அனுப்பி வைத்த ஒரு குறுஞ்செய்தி.

நீண்ட நாள் நெறிகட்டிய வலி
நிமிடத்தில் மறைந்தது
மாயம் போல.

இடைவெளிகளின் தூரங்களில்
பாலைவனமாய் கிடந்த வறண்ட மனதில்
திடீரென மலர்ந்தது
ஒரு வசந்தம்.

இந்த விதைகளை ஏன்
இவ்வளவு காலம் வீசாமல்
ஒளித்து வைத்திருந்தாய்?

காலத்தே நிகழ்வதுதான் நிலைக்கும்
என்பதை நானும் அறிவேன் என்றாலும்
வழியெல்லாம் வலி என்றால் வாழ்வதெப்படி?

உன் நீண்ட மௌனத்தின் கரையில்
நீர் தளும்புவதைக் காண்கிறேன்
இந்தக் கண்ணாடிச் செவ்வகம் வழியே.

உடன் என் இமைகளின் வழியேயும் அது
வழிந்து தெறிக்கிறது.

இறக்கிவைத்துவிட்டேன்
என் எல்லாப் பாரங்களையும்
அச்சிறு துளிகளில்.

அவற்றையே அனுப்பி வைக்கிறேன் உனக்கு
அவற்றினும் சிறந்தவை
வேறொன்றும் இல்லை என்னிடம்.

இனி எந்தப் பாலையையும் கடப்பேன்
சோர்வின்றி.
*
(நன்றி: 'ராணி' - 14.03.2021)

## ஃபேஷன் ஷோ

நிர்வாண தேசம் அது

ஆடைகள் அறிமுகமாகியிருக்கவில்லை
அப்போது அவர்களிடம்.

எல்லோருக்கும்
சூரியகாந்தி மலர்கள் கண்களாயிருந்தன.

ஒவ்வொரு உதயத்திலும் கடற்கரையில்
கிழக்கு நோக்கி நின்று
தாகத்தோடு
சூரிய ஒளி குடிப்பர்
ஆண்கள் பெண்கள் குழந்தைகள் அனைவரும்.

அவர்களின் உடலில்
தன் பொன்னொளிக் கிரணங்கள்
திரவமாகி வழிவதை
தன் ஒற்றைச் செவ்விழி ஓரங்களால்
ரசித்து நகர்வான் வெயிலோன்.

பருவம் சூல்கொண்ட இளையோர்
பாறை மீது காதல் செய்வதை
கண்ணுறும் முதியோர்
பழுத்த கனிகளையும்
முற்றிய தானியங்களையும் பரிசளிப்பர்.

குழந்தைகள் மரங்களின் மீதேறி
கிளைகளை உலுக்கி
நீல மலர்களை உதிரச் செய்வர் அவர்கள் மேல்.

அம்மலர்களில் மயங்கி உறங்கிய
பொன் வண்டுகளில் கால்களில் ஒட்டிய தாதுக்கள்
மஞ்சள் ஒளியோடு கலந்து
சந்தனமாய்
அவர்கள் தோலில் காய்ந்து
காற்றில் மணம் பரப்பும்.

அவ்வப்போது குறுக்கே ஓடி விளையாடும்
வெண்முயல்கள்
தழுவிக் கிடக்கும் உடல்களில்
கிச்சுக் கிச்சு மூட்டி விரைந்தோடித் திரும்பிப் பார்க்கும்.

கல்மிஷம் என்பதே இல்லா அவ்வுலகில்
காதலும் காமமும்
ஒன்றாய் இருந்தது .

மரத்தில் கனி பறிக்க ஏறிய பருவப் பெண்ணொருத்தி
பாறைகளில் பரவிக்கிடந்த
பிரம்மாண்டக் காதல் காட்சியை
ரசித்துத் தன் இணைக்குக் காட்ட
அவன் அவளைவிட்டு இன்னொருத்தியை வியக்க
சூரியகாந்திக் கண்கள்
இதழுதிர்ந்து எல்லோர் முகத்திலும் முளைத்தன
வெண் திரையும் கருவிழியும் கொண்ட
கல்மிஷக் கண்கள்.

பிருந்தா சாரதி

நாணம் படர்ந்தது அப்போதுதான் அவர்களிடம்.
பின் இலைகள் ஆடைகளாகின.

காதலும் காமமும்
இரண்டாய்ப் பிரிய நின்றுபோயிற்று
நிர்வாண தேசத்தில்
மஞ்சளாய் வழிந்த
சூரியனின் பொன்னொளி.

கண் கூசச்செய்கிறது வெய்யில்.

ஒருவரை ஒருவர்
நேருக்கு நேர் பார்ப்பதைத்
தவிர்க்க முயல்கின்றனர்
இலை ஆடை தேசத்தார்
வெட்கத்தில்.

அதன்பின் தொடங்கியதுதான்
இந்த நாகரிக உலகம்.

பின் பேஷன் ஷோவும்.
*
(நன்றி: 'குமுதம் லைஃப்' - 06.12.2017)

## இணையத்தின் காலம்

இணையத்தின் காலம் இது .

தண்ணீரை விட
உணவை விட
அவசியத் தேவையாகிவிட்டது
இணைய இணைப்பு.

கைபேசியின் சிறிய சதுரத்திற்குள்
அடங்கிவிட்டது
நம் வாழ்விடம்.

வைஃபையின் தயவில்
மயக்கத்தை
அனுபவமாக்குகிறது
நம் வாழ்வு.

குறுந்தகவலுக்கேற்ற சொற்களோடு
குறுகிவிட்டது நம் மொழி.

பீட்சாவும் பர்கரும்
இலவச இணைப்பான
அந்நிய குளிர் பானங்களோடு
வீட்டு வாசலுக்கே வருவதால்
மழை வெயில்
மாறி வருவதைப் பற்றி
எந்தக் கவலையுமில்லை நமக்கு.

நிஜத்தில் வாழ்வதை விட
நிழல் உலகான இணையத்தில்
இனிமை காணப் பழகிவிட்டோம்.

நம்மை ஒரு படி தாண்டி
அயல் தேசத் தோழர்களோடு
மெய்நிகர் விளையாட்டில் கலந்துகொண்டு
ஆவேசமாய்
கூச்சலிடுகிறார்கள் நம் குழந்தைகள்.

கணவன் ஓர் அறையிலும்
மனைவி ஓர் அறையிலுமாக
மடிக் கணிணியில்
உலகின் ஏதேதோ
மூலைகளுக்குப் பயணம் போய்
குடும்ப பாரம் சுமக்கிறோம்.

களைத்துப் போய்
அதிகாலையில் கண் அயர்கையில்
கிழக்கே உதிப்பது
மெய்நிகர் சூரியன் அல்ல
சுட்டெரிக்கும் சூரியன் என்பதை
உணர்வதில்லை நாம்
குளிர்சாதன வசதியால்...

நம் பருவங்களை உறிஞ்சி
பசுமைகளைக் கருக்கும்
புவியின் வெப்பமோ...

நம் நதிகளைச் சுரண்டி
நவீன நகர்களை எழுப்பும்
புதிய பொருளாதாரமோ...

புரிந்துவிடாமல்
விலகா இருளை இழுத்துவந்து
விதைக்கிறது
நம் பகல் தூக்கம்.

மீண்டு கண் விழிக்கையில்
தண்ணீரும் உணவும்
கணிணித் திரையில்
மெய்நிகர் காட்சிகளாக மட்டும் இருக்கும்.

தீராப் பசியோடும்
முடிவிலாத் தவிப்போடும்
அலைந்து கொண்டிருப்போம் நாம்
பாளம் பாளமாய் வெடித்த
விவசாய நிலங்களை வெறித்தபடி...
தலைமுறைச் சாபங்களைச் சுமந்தபடி...
*

**(நன்றி: 'ரௌத்ரம்'- ஜூன் 2017)**

## நீரால் எழுதிய நினைவுகள்

அந்தக் கைகளை நான் பற்றியிருக்கிறேன்
அந்தக் கன்னங்களில் உரசியிருக்கிறேன்
அந்த இதயத்தில் நுழைந்திருக்கிறேன்.

ஆனால் இப்போது அவை
நீரால் எழுதிய நினைவுகள்
தடயம் ஏதும் இல்லாத சிலிர்ப்புகள்.

தாகம் வாட்டுகிறது தனிமையில்
தவிப்பில் எரிகிறது வாழ்வு.

புல்லாங்குழலில் புகுந்து வந்த காற்றாய்
நினைவில் சுகம் காணும் நிலை இன்று.

மேகத்திலிருந்து பிரிந்துவிட்ட மழைத்துளி
மீண்டும் வானத்தைக் கனவு காண்கிறது

நிலமோ துளியை உறிஞ்சிக்கொண்டிருக்கிறது.
*

## விரல்கள்

விரல்கள் பேசும் மொழியை
விழிகளும் பேசுவதில்லை.
*
கண்மூடிக்கொள்கிறேன்
வெட்கப்படவைக்கிறது
விரல்களோடு விரல்கள் பேசும் மொழி .
*
சுட்டும் விழிச் சுடர்
உன் சுட்டு விரலிலும்.
*
மலர்ந்த மலர் மீண்டும் மொட்டாகிறது
நீ விரல் குவிக்கையில்.
*
விளையாட்டுப் பருவத்தில்
இது சாதம் இது குழம்பு
இது ரசம் இது கூட்டு
இது பொரியல்
என்று ஒவ்வொரு விரலும்
ஓர் உணவாகும்.

அந்தக் கற்பனை ருசிக்கு
ஈடாகுமா எந்த ருசியாவது?
*
கரம்பற்றி மோதிரம் அணிவித்தாய்
என் விரல்கள் சிக்கிக்கொண்டன
உன் கரங்களில்.

நான் பொம்மை ஆனேன்
நீ பொம்மலாட்டம் நடத்துகிறாய்.
*

விரல் பிடித்து மருதாணி வைக்கிறேன்
விரல் சிவக்கும் முன்
முகம் சிவக்கிறாய்.

*

விரல் பிடித்து நகம் வெட்டுகிறாய்
பூப்பறிப்பதுபோல் இருக்கிறது.

*

விரலோடு விரல் கோர்த்தாய்
ஆயுளுக்கும் சிக்கிக்கொண்ட மீனானேன்.

*

வருடுகிறாய் விரல் நுனிகளால்
மதம் பிடிக்கிறது எனக்கு.

*

விரல்களின் இடையே வழிந்து விடாமல்
நெஞ்சுக்குள் பொத்திவைத்துக்கொள்வேன்
இந்த நேசங்களை எல்லாம்.

*

கை கழுவி விட்டாயா
விரல் கோர்த்து விளையாண்ட
காலங்களை எல்லாம்.

*

விரல்விட்டு எண்ணி எண்ணி
கணக்குப் பாடம் படித்தது
நீ பிரிந்து சென்ற நாட்களை
எண்ணிக்கொண்டு இருப்பதற்காகவா?

*

விரல் சூப்பும் குழந்தை
இப்போது
என் நினைவுகள்.

*

(நன்றி: 'குமுதம்' - 05.01.2022)

## விரல்கள் - 2

வாழ்க்கையை வழிநடத்துகிறது
விரல் பிடித்து எழுதக் கற்றுக்கொடுத்த
அப்பாவின் கண்டிப்பு.
*

தப்பு செய்தால்
கடவுள் கண்ணைக் குத்துவார்
என்றாயே அம்மா.
நீ கொடுத்த கண்ணை
நீயே எப்படிக் குத்துவாய்?
*

விரல் பதிந்திருக்கிறது கன்னத்தில்
கரம் பற்றி வலம்வந்தபோது
விரலைக் கிள்ளிய
அதே கைகளின் விரல்கள்தான்.
*

தலைமுறைகள் ஏமாந்த கதை
பத்திரத்தில்
கை நாட்டாய்ப் பதிந்திருக்கும்
விரல் ரேகைகளில்.
*

## பூமிக்கு வந்த கடவுள்

தனக்கொரு வசிப்பிடம் தேடி
அலைந்துகொண்டிருந்தார்
பூமிக்கு வந்த கடவுள் .

ஏற்கெனவே இருந்த வழிபாட்டுத் தலங்களில்
அவரை உள்ளே விட மறுத்தனர்
தங்கள் கடவுளைப் போல் இவரில்லை என.

அவரிடமும் அவர்களின்
அடையாளம் எதுவும் இருக்கவில்லை.

கடவுள் என்பதை
நிரூபிக்கச் சொல்லி சிலர் கேட்க
சில அதிசயங்களை
நிகழ்த்த வேண்டி இருந்தது கடவுள் .

சாமியார் என்றால்
ஆஸ்ரமம் அமைத்துக்கொள்ளும்படியும்
மாயாஜால நிபுணர் என்றால்
மன மகிழ் மன்ற நிர்வாகியை அணுகும்படியும்
ஆலோசனை கூறினார்கள் அங்கிருந்தவர்கள்.

வழிபாட்டுக்கு வந்த பக்தர்களோ
வழியை மறிக்காமல்
வரிசையில் நிற்கச் சொல்லிவிட்டு
அவசர அவசரமாக நகர்ந்தனர்.

கடைசி வரை ஆலயங்கள் எதிலும்
இடம் கிடைக்கவில்லை
கடவுளுக்கு.

சரி ஒரு வீடு கட்டி வாழலாம்
என ஊரோரத்தில்
ஒரு குடிசை கட்டத் தொடங்கினார்.

அதிகாரி
அரசியல்வாதி
ரௌடி எனப் பலரும் வந்து
மாமூல் கேட்டனர்.

அப்படி என்றால் என்ன என்றார்
கிண்டல் செய்வதாக எண்ணி
அடித்து விரட்டினர்.

வாடகைக்கு வீடு பிடிக்கலாம்
என்றான்
வழியில் வந்த தரகன் ஒருவன்.

வாடகை வீட்டை
உள்வாடகைக்கு விடுபவர்களை
எண்ணி வியந்தார் கடவுள்.

வீட்டு உரிமையாளர்
இதற்கு முன் இருந்த இடம் பற்றிக் கேட்க
உண்மையைச் சொன்னார் கடவுள்.

நம்ப மறுத்தது மட்டுமல்ல....
பைத்தியங்களுக்கு
வீடு கொடுக்க முடியாது என்று
தங்கள் வாசல் கதவை
அடித்து மூடினர்
வீட்டு உரிமையாளர்கள்.

கடவுள் துணை என்று
எழுதப்பட்டிருந்தது அவற்றில்.

அகன்றதொரு புன்னகையோடு
அவ்வாசகத்தைப் படித்தபடி திரும்பினார் .

தரகனும் அவரை
ஏற இறங்கப் பார்த்துவிட்டு
நடையைக் கட்டினான்.

நள்ளிரவில் தெருவோரம் நின்ற
கடவுளைப் பார்த்து
அடையாள அட்டையைக் காட்டும்படி
வினவினார் அவ்வழியே வந்த காவலர்.

திருதிருவென முழித்தார் கடவுள்.

சந்தேக கேஸில் பிடித்து
ஜீப்பிலேற்றிய காவலர்
காவல் நிலையம் கொண்டு சென்று
தன் வழக்கமான பாணியில் விசாரித்தார்.

எல்லாவற்றுக்கும்
தான் கடவுள் எனும் ஒரே பதிலைக்
கூறிக்கொண்டிருந்தார் கடவுள்.

முற்றிய பைத்தியம் என முடிவு செய்து
மன நல மருத்துவமனைக்கு
அழைத்துச் சென்று அடைத்தனர் அவரை.

அங்கு மட்டும் யாரும் ஆட்சேபிக்கவில்லை
அவரையோ அவர் சொல்வதையோ.

தம்மை ஏற்பவர்கள்
இன்னும் இங்கே இருக்கிறார்களே என்று
மகிழ்ச்சி அடைந்தார் கடவுள்.
*

(நன்றி: 'குமுதம் லைஃப்' - 05.12.2016)

## காட்சிப் பிழைகள்

முதன் முதலாக
நம் விரல்கள் பற்றிக்கொண்டபோது
உதித்த கண்ணீரும்
கடைசியாக
நாம் கைகொடுத்துக்கொண்டபோது
அரும்பிய புன்னகையும்
என்றென்றும்
சொல்லிக்கொண்டிருக்கும்
கண்ணீர் என்றால்
சோகமுமல்ல
புன்னகை என்றால்
மகிழ்ச்சியுமல்ல என்பதை.
*

## காதலும் கண்ணீரும்

கண்கள்தான் வாசல்
காதலுக்கும் கண்ணீருக்கும்.

கண்களின் வழியாக நுழைவது காதல்
கண்கள் வழியாக வெளியேறுவது கண்ணீர்.

இதயத்தை நோக்கிச் செல்வது காதல்
இதயத்தில் இருந்து புறப்படுவது கண்ணீர்.

குடியேறினால் சுகம் காதல்
வெளியேறினால் சுகம் கண்ணீர்.

காதல்
இதயத்தைக் கனமாக்குகிறது
கண்ணீர்
இதயத்தை இலேசாகுகிறது .

இரண்டுமே இதயத்தைத்
துப்புறவு செய்கின்றன
இரண்டுமே மனிதரை
மனிதராக வைத்திருக்கின்றன.

காதல் இல்லாவிட்டால்
வாலிபம் வெறுமை
கண்ணீர் வற்றிவிட்டால்
வாழ்க்கையே வெறுமை.

கடவுளுக்கு அருகில் மனிதனை அழைத்துச் செல்லும்
இரண்டு சிறகுகள்தான்
காதலும் கண்ணீரும்.

ஒருவரோடு
காதல் கொள்வது இல்லறம்.
உலகையே காதல் செய்வது துறவறம்.

ஒருவருக்காகக் கண்ணீர் சிந்துவது காதல்
உலகிற்காகக் கண்ணீர் சிந்துவது மனிதம்.

எரிபொருள் இல்லாமலேயே
வானத்தில் பறக்கச் செய்கிறது காதல்.

எந்த எரிபொருளை விடவும்
வேகமாகப் பரவி உலகையே தீய்க்கும்
மகாசக்தி கண்ணீர்.

சந்தேகம் இருந்தால் கண்ணகியின் கதையைப்
படித்துப்பாருங்கள்.

'அல்லற்பட்டு ஆற்றாது அழுதகண்ணீர் அன்றே
செல்வத்தைத் தேய்க்கும் படை'
என்ற வள்ளுவனுக்குத் தெரியும்
கண்ணீர் கந்தகக் கரைசல் என்பது.

அவ்வப்போது வந்து அது
அநியாயத்தை அழிக்கத்தான் செய்கிறது.

ஆனாலும் அது தெரிவதில்லை சிலருக்கு.

அபலைகளின் கண்ணீரை
மதுவைப் போல அருந்தி
உயரங்களில் இருந்து பள்ளங்களை நோக்கிச்
சரிந்து விழுகிறார்கள்.

அத்தோடு அவர்களின் மமதையும் அழிகிறது
மயக்கமும் தெளிகிறது.

காதலோ
பூமியில் இருப்பவரைச்
சிறகுகள் இல்லாமலேயே
வானத்தில் பறக்கவைத்துவிடுகிறது.

இதற்கு ஆதாரம் தேட எங்கும் சென்று
அலைய வேண்டாம்.
ஒவ்வொரு ஊரும்
ஒவ்வொரு தெருவும்
ஒவ்வொரு வீடும்
ஒவ்வொரு மனிதரும்
அதற்கான உயிருள்ள உதாரணங்கள்தாம்.

காதல் செல்லும் உயரங்களுக்குக்
கண்ணீரும் மனிதரை அழைத்துச் செல்லும்.

கண்ணீர் செல்லும் ஆழங்களுக்குக்
காதலும் அவர்களைக் கூட்டிப்போகும்.

இரண்டுமே தெய்வீகத்தை நோக்கி
மனிதரை அழைத்துச்செல்லும்
இரண்டு இறக்கைகள்.

என்ன...
காதல் தேனாய் இனிக்கும்
கண்ணீர் கொஞ்சம் உப்புக் கரிக்கும்.

காதலும் கண்ணீரும் சங்கமிக்கும்போது
அங்கே
கடவுளும் கடவுளும்
கட்டித் தழுவிக்
கரைந்து போவார்கள்.
*
(நன்றி: 'இருவாட்சி'- பொங்கல் மலர் )

## காத்திருப்பேன்

உன் நச்சரிப்பு இல்லாத நாள்
அமைதியாக இருக்குமென
நினைத்திருந்தேன்
இத்தனை நாள்.

இவ்வளவு வெறுமை தருமென
நிச்சயம் எதிர்பார்க்கவில்லை.

சின்ன சின்ன விஷயங்களுக்குக் கூட
நீ முகம் சுளிப்பதும்
முணுமுணுப்பதும்
மனம் வாடி உழல்வதும்
எரிச்சலைத் தந்ததுண்டு எனக்கு.

ஆனால் நிரம்பித் தளும்பும்
உன் காதலின் கோப்பையிலிருந்து
சிதறி விழுந்த துளிகள் அவை என
இப்போது புரிந்துகொள்கிறேன்.

மேகத்தின் குமுறலும்
இடி முழக்கமும்
நிலம் நனைத்து ஈரமாக்கும்
அடைமழைக்காகவே என்பது
இன்னும் கூடுதலாகப் புரிகிறது இப்போது.

நிறங்கள் சிதறி வானவில் தோன்றிய
நம் காதலின் ஆரம்ப நாட்களையே
அசைபோட்டபடியே இருந்துவிட்டேன்
இத்தனை நாள்.

அதையே மீண்டும் மீண்டும்
எதிர்பார்த்துக்கொண்டிருந்தும் விட்டேன்.

அந்த தினங்கள்
மீண்டும் வரவே இல்லை
நமக்கு.

இந்தச் சின்ன இடைவெளியில்
அந்த வானவில்லை மறுபடி
வரைந்து எடுத்து வா.

உன்னை முதன்முதலாகச் சந்தித்த
அதே கடற்கரையில்
உனக்குப் பிடித்த
அதே அடர் பச்சை ஆடையுடன்
காத்திருப்பேன்.

மறவாமல் எடுத்து வா
பேசா இத்தினங்களைப் பற்றிய
கவிதை ஒன்றையும்.

*

## சகுனி சாகவில்லை

அரசியலில் நிரந்தர நண்பர்களும் இல்லை
நிரந்தர எதிரிகளும் இல்லை என்ற
சகுனிகளின் ஆதார விதியின் கீழ்தான்
அரசியல் சதுரங்கம் இங்கு
ஆடப்படுகிறது.

கூட்டணிகள் அமைக்கப்படுவதும்
அணிமாறுதல்களும் அப்படியே.

நேற்றைய எதிரி
இன்றைய நண்பனாவதும்
இன்றைய நண்பன்
இன்றே எதிரி ஆவதும் இப்படித்தான்.

சகுனிகளைப் பொருத்தவரை
அரசியல் என்பது
ஒரு விளையாட்டு .

கொள்கைகள் இங்கே
விலைமகளிரின் உதட்டுச் சாயம்.

சிம்மாசனங்களின் விதியோ
அவர்களின் கைகளுக்குள்
உருளும்
சொக்கட்டான் காய்களே.

வெற்றிக்காக
எதையும் அடகு வைக்கத் தயங்குவதில்லை
ஆட்டக்காரர்கள்.

கட்டிய மனைவியை வைத்து
முன்பு ஒருவன் சூதாடவில்லையா?

இரத்த உறவுகளே ஆனாலும்
அதிகாரத்தைக் கைப்பற்றும் போட்டியில்
துரோகம் இழைக்கப்படவில்லையா?

அன்றும் இன்றும்
அதே கதைதான்.

இங்கே வென்றவனுக்கும்
தோற்றவனுக்கும்
என்ன வித்தியாசம்?

துரோகம் எனும் ஒரே ஒரு
ஒற்றுமை மட்டுமே உண்டு.

பரமபத ஏணிகள்
திடீர் பாம்புகளாவதிலும்
சதுரங்கக் காய்கள்
சட்டென நிறம் மாறுவதிலும்
எந்த அதிசயமும் இல்லை
நமக்கு.

ஆனால் விரைவில்
அதிசயமொன்று நிகழுமென்ற
ஆரூடத்துக்கு மட்டும்
குறைச்சலில்லை அன்றாடம்.

திரைப்படங்களை விட
நல்ல திருப்புமுனைகள் இப்போது
அரசியலில்தான்.

அந்த சுவாரஸ்யத்தில் மயங்கி
தவறாமல் விளையாட்டில் கலந்துகொள்கிறோம்
எப்போதும் தோல்வி நமக்கே என்றபோதும்.

ஆட்டத்தைத்
தொடர்ந்துகொண்டே இருக்கிறார்கள்
சகுனிகளும்.
*

## ஒற்றை இறக்கைப் பறவை

தத்தித் தத்தி மேலெழத் தவிக்கிறது
இறக்கையொன்று அறுந்த
பறவை ஒன்று
அறுபடாத தன் ஒற்றை இறக்கையோடு.

அதன் ஒற்றைச் சிறகசைப்பின் வேதனை
காற்றில் எழுப்பும் சலனங்கள்
சென்று அசைக்கிறது
கண்மூடித் தவமிருக்கும்
கடவுளின் இமைகளை.

மெல்லத் திறக்கும் அவரது
இமைகளின் அசைவில்
பிறக்கும் காற்றலை
உருமாறிச் செல்கிறது
கட்புலன் காண முடியாததொரு
நிறமற்ற சிறகாக.

தட்டான் பூச்சியின் சிறகொத்த
அக்கண்ணாடிச் சிறகு
பறவையும் உணரா மென்மை கொண்டு
அறுபட்ட இறக்கை
இருந்த இடத்தில் சென்று இணைகிறது.

தடுமாறிக்கொண்டிருந்த பறவை
கண நேரத்தில்
தாவி எழுந்து விண்ணில் பறக்கிறது
இன்னமும் தான்
ஒற்றைச் சிறகோடு பறப்பதாய்
வருந்தியபடியும்
தன் மெய்வருத்தம் குறித்த பெருமிதத்தோடும்.
*

# முடிவற்ற கற்பனை

வண்ணத்துப் பூச்சியைப் பற்றி
ஒரு வரியில் சொல்லும்படி
பலரிடம் கேட்டுப் பதில் சேகரித்தேன்.

கடவுளின் மடல் என்றார் ஞானி
காதல் கடிதம் என்றான் இளைஞன்

விசித்திரச் சித்திரம் என்றான் ஓவியன்
நிறங்கள் எழுதிய கவிதை என்றான் கவிஞன்

படைப்பின் ரகசியக் குறிப்பு
என்றான் தத்துவன்
பழைய படிமம்
என்றான் புதுமைச் சாயன்.

இயற்கையின் இசைக் குறிப்பு
என்றான் இசைஞன்
ரொமான்டிசிசமோ
மேஜிகல் ரியலிசமோ எனக்
குழம்பிக் குழப்பினான் விமர்சகன்.

கண் விழித்தபடி காணும் கனவு
என்றான் ரசிகன்
தேவதைகளின் மாறுவேடம்
என்றது குழந்தை

முடிவற்ற கற்பனை என்றான்
பார்வையற்றவன்.

அக்கணம்
வழியில் வந்தது ஒரு வண்ணத்துப் பூச்சி.

அதனிடமே கேட்டுவிட எண்ணி
உண்மையில் நீ எது என்றேன்

பார்வையற்றவனின் பதிலையே
அது வழிமொழிந்தது.

கண்களின் பார்வையைத் தாண்டியது
உண்மை என்று
என் கண்களைத் திறந்தது அந்த பதில்.
*
(நன்றி: 'குமுதம்')

# சித்தன்

உடல் பூமி
மனம் வானம்

விதைக்குள் மரம்
மரத்தில் விதை

மண்ணில் வேர்விட்டு
விண்ணில் கிளை விரிக்கும் விதை
உடலில் பூத்து
மனதில் கனியும் உயிர்.

மேலே வானம் கீழே பூமி
நடுவே கிளைக்கும் மரம்

உள்ளும் புறமும் மனம்
இடையில் கிடக்கும் உடல்.

மறைவாய் ஓர் உலகம்
உயிர்ப் பயிர்
அதில் துளிர்க்கும் தளிர்.
*
துளிக்குள் உடல்
கடல் போல் மனம்.

கடலில் அலை
உடலில் உயிர்
*

திரி மேல் எரியும் சுடர்
இரவைத் தொடரும் பகல்.

விழிக்குள் இருள்
அதனுள் சுடர்.

உடல் பகல்
மனம் இருள்.

விதை இருள்
இலை ஒளி.

சித்தம் ஒளி
பித்தம் இருள்
*
முன் பின்
பின் முன்
காலம் புரியும் ஜாலம்.

அது இது
இது அது
பொருள் நகரும் மாயம்.

ஆண் பெண்
பெண் ஆண்
பால் மயக்கம் காட்டும்

வா போ
போ வா
செயல் கலக்கம் ஊட்டும்.

உடை படை
படை உடை
மாறும் உலகின் இயற்கை.

அழு சிரி
சிரி அழு
இரண்டும் உனது இறக்கை.
*
கனிக்குள் மரம்
மரத்தில் கனி
தினமும் வளரும் விதை.

தெளியும் குழப்பம்
குழம்பும் தெளிவு
இரண்டும் தொடரும் கதை.

உடல் பூமி
மனம் வானம்
பார் பார் பார்.

விதை ஆண்
இலை பெண்
ஜோர் ஜோர் ஜோர்.
*
(நன்றி: 'இனிய உதயம்')

## உன் உள்ளங்கையில் உருளட்டும் என் கண்ணீர்த்துளி

துயரத்தின் அலைகளில் உடையும்
நுரைகளில் இருந்து நொடிதோறும் வெளியேறும்
தண்ணீர் பூதங்களின்
தாகம் தீர்க்கமுடியாமல்
திணறும் மேகங்கள்
தங்களைத் தாங்களே சாட்டையால்
அடித்துக்கொண்டு
அகிலம் நடுங்கும் ஓசையோடு கண்ணீர் சொரிகின்றன
அந்தர அருவிகளாக.

வழியெல்லாம் சுவடுகளை இறைத்துச் சென்றவளே....
உன் பாதங்களின் கீழ் ஒட்டியிருக்கும்
மீன் செதில்களின் மினுமினுப்பில் தெரியக்கூடும்
என் முன்ஜென்ம சரித்திரம்.

நான் வந்துகொண்டிருக்கிறேன்
உன் வழித்தடத்தைப் பின்பற்றி.

இந்த ரகசிய மழையில் தேங்கிய நீரில்
மிதக்கும் உன் பாதத் தடங்களைச்
சேகரித்தபடி.

ஆழி சூழ் உலகின் எண் திசையிலும்
ஓடி ஓடி ஓயும் என் தேடல்கள் எல்லாம்
எதற்காக யாருக்காக?
தெரியாதா உனக்கு?

பிருந்தா சாரதி

உடையும் நீர்க்குமிழிகளில் தொடர்ந்து
என்னால் குடியிருக்க முடியாது.

வாழை இலை வரவேற்கும் மண்டபங்களில்
ஒலிக்கும் நாதஸ்வரங்களைக் கேட்டு
ஓடிவரும் எனக்கு
புறக்கடை எச்சில் இலைகளின் திசைகாட்டிவிடாதே.

பிரகாரத்தில் கசியும்
தேவாரப் பாடலிலும்
உற்சவ கால வேத பாராயணத்திலும்
தொடர்ந்து செல்லும் ஓசையின் மௌனமாய்
பின்தொடர்கிறது என் ஜீவன்.

உன் கருணைமிதக்கும் கண்களில் இருந்து
ஒரு சொட்டுக் கண்ணீர் கூடத்
திரண்டுவிடவேண்டாம்.

ஒளிரும் புன்னகைக் கீற்றைத் தேடி வரும்
இந்தப் பாலைவனப் பயணிக்கு
தந்துவிடு
காலத்தை திரட்டி வைத்த
ஒரு துளிக் காதல்.

முக்காலங்களுக்கும் மூத்ததல்லவா நம் காதல்?
மூழ்கடிக்க முடியாத
காற்றுக் குமிழ் அல்லவா
என் நேசம்.

உடல்களின் தவிப்பில் தொடங்கி
உயிர்களின் பூரிப்பில் நிறைவடையும் பயணம்
முதல் அடியை வைத்துவிட்டு
அடுத்த அடிக்குத் திசைகாட்டியைத் தேடுகிறது.

உன் கண்களின் ஆழத்தில்தானே
ஒளித்து வைக்கப்பட்டிருக்கிறது அது?
பாராமுகம் காட்டி ஏனடி பரிதவிக்கவிடுகிறாய்?

அடிவான் தாண்டியும் வருவேன்
காலம் தீர்ந்த பிறகும் வருவேன்
என் ஒரு துளிக் கண்ணீரை
உன் உள்ளங்கையில் தர.

அது உருள்வதைப் பார்தால் போதும்
ஓயும் என் ஜீவன்.
*
**(நன்றி: ‘தை’ - ஆண்டு மலர், 10-2016)**

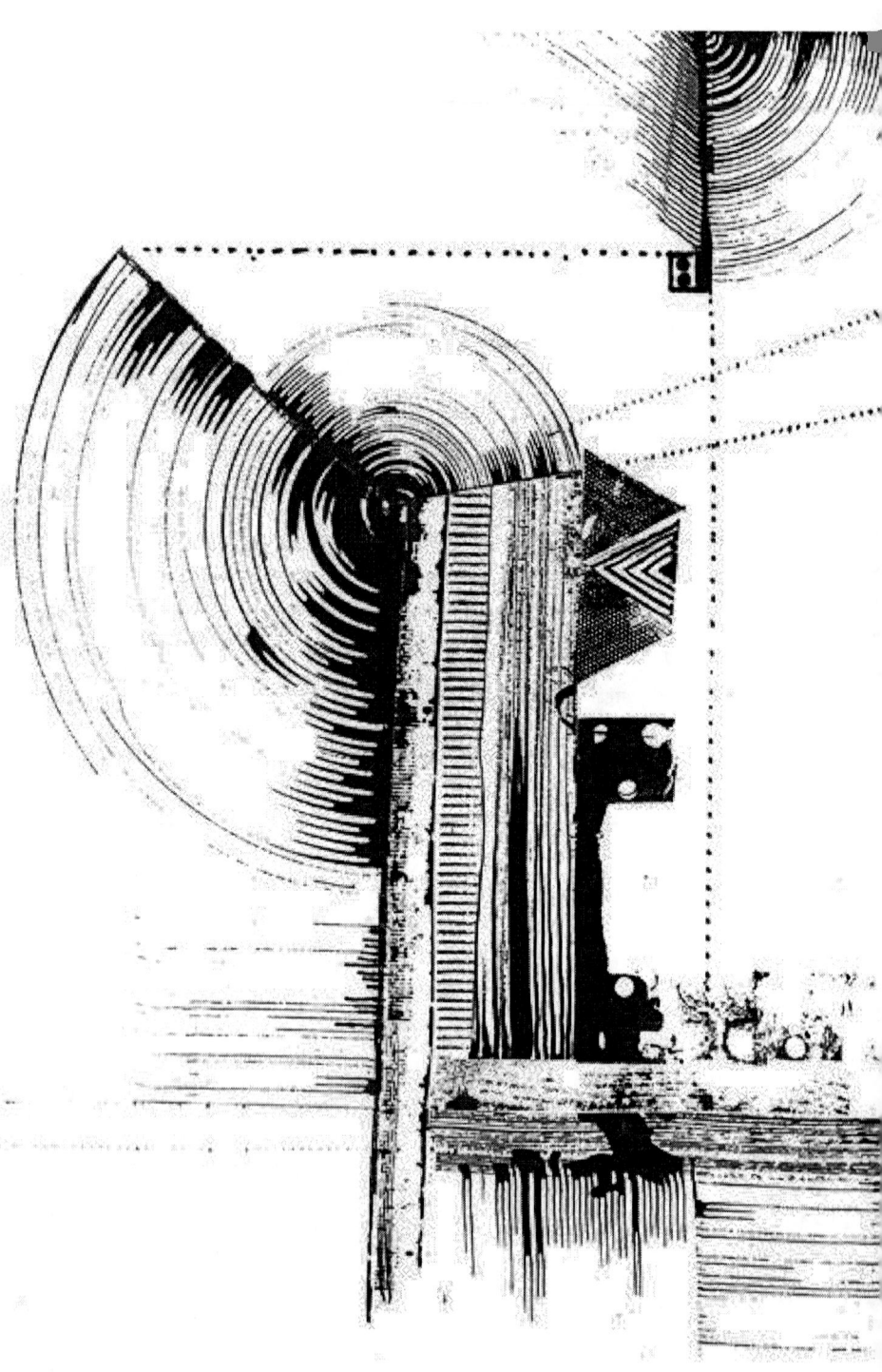

## இசைத் தட்டு: சில ஞாபகக் குறிப்புகள்

1.
இசைத்தட்டைக் கீறியது முள்
என் இதயத்தைக் கீறுகிறது
அதன் பாடல்.
*

2.
இசைத் தட்டைத்
தடவித் தடவிக் கொடுக்கிறார் முதியவர்
அவர் இதயத்தை
எத்தனை முறை
தடவிக் கொடுத்தது அது.
*

3.
காலம் சுழல்கிறது
தலை நரைத்துவிட்டது
உன் பாடல்கள் மட்டும் அதே இளமையோடு...

கறுப்பழகியே
என் இசைத் தட்டே...
உன் உடல் ரேகைகளில்
என் உதட்டு ரேகைகள்
உரசுகையில் எழும் மௌனம்
நாம் இருவர் மட்டும் அறிந்த இசை.
*

4.
பறக்கும் தட்டுகள்
இந்த இசைத் தட்டுக்கள்
கால எந்திரங்களும் கூட.

என்னை இறந்த காலங்களுக்கு
அழைத்துச் சென்று
வாழவைக்கிறது.

நிகழ்காலங்களில்
ஆறுதல் சொல்லி
ஆற்றுப்படுத்துகிறது.

எதிர்காலங்களுக்கான
சிறகுகளையும் தருகிறது.
\*
5.
இசைத் தட்டில் உருகுகிறாள் அவள்.

சாய்வு நாற்காலியில் அமர்ந்தபடி
கண்களைத் துடைத்துக்கொள்கிறேன் நான்.
\*
6.
இசைத் தட்டில் பதிந்த எத்தனை முத்தங்கள்
பாடியவர்களைப் போய்ச் சேர்ந்திருக்கும்?
\*
7.
இசைத் தட்டில் உயிர்த்தெழுகிறாள் பாடகி
இறப்பே இல்லை அவளுக்கு.
\*

8.
பாடல் பதிவுக் கூடங்களில்
ஒலிகள் மட்டும்தான்
பதிவு செய்யப்படுகின்றன.
அங்கு சத்தமின்றிப் பூத்து
மௌனமாகவே உதிர்ந்து விடும்
சில காதல்கள்
எதிலும் பதிவாவதில்லை.
*

9.
கண்ணீர்த் துளி ஒன்று
உடைந்து விழுகிறது
இசைத் தட்டின் மீது
இசைத்தவருக்கு
ஒரு ரசிகனின் பரிசு அது.
*

10.
காலத்தை ஊடுருவிச் செல்லும்
உன் இசையில் கரைகிறேன்
அண்ட சராசரங்களின்
ஆதியும் அந்தமும் அறிந்துவிட.
*

(நன்றி: 'கவிதை உறவு' - 49வது ஆண்டுமலர்-2021)

# இருநூறு ஆண்டுகள் தாமதம்

பூனைத்தலையுடன் வந்து நின்றாய்
திடீரென என் அறைக்குள்.

அதிர்ந்து நின்ற என்னிடம்
சொல்கிறாய்
சுறா மீன் கண்களோடு நான் அழகாயிருப்பதாக.

உன் பச்சைப் பளிங்குக் கண்களுக்குள்ளிருந்து
பறந்து வெளிவந்த காகங்கள்
என்னைக் கொத்திக் கொத்தித் தின்றுவிட்டு
மாமிச எச்சங்களைத் தரையில் சிதறவிட்டுத்
திரும்பிக்கொண்டிருந்தன.

மேஜை மேல் இருக்கும் காகிதத்தில்
எழுதுகிறேன் அக்காட்சியை
பென்சில் ஒன்றை எடுத்து.

புற்றிலிருந்து எறும்புகளாய்
அணிவகுத்து வரும் எழுத்துகள்
வளைந்து
நெளிந்து
ஊர்ந்து
இருவரின் உடல் மீதுமேறி
சங்கிலி போல் பிணைக்கின்றன
என்னையும் உன்னையும்.

எண்ணிக்கையற்றுப் பெருகும்
அவ்வெறும்புகள்
என்னை நீயாகவும்
உன்னை நானாகவும்
உருமாற்றிக் கொண்டிருக்கின்றன
சர்க்கரைத் துகள்களைச்
சுமந்து போவது போல்
உடல் சதைகளை இடம் மாற்றி.

அலுமினியத் தகடுகளாய்
நெளிகின்றன திடீரென
அறைச் சுவர்கள்.

சத்தமில்லாமல் அங்கிருந்து
தப்பித்து ஓட முயல்கிறோம் .

கொத்தித் தின்ற கறுப்புக் காகங்கள்
செக்கச்செவேரென
நிறம் மாறி
அறைக்குள் படபடத்துப் பறக்க
அவிழ்க்க முடியாத முடிச்சுகளாய்
இறுக்குகின்றன
நம் உடல்களைச்
சங்கிலியால் கட்டிப் போட்டிருந்த எறும்புகள்.

அக்கணம் பூனை முடி துளிர்த்த
உன் பொன்னுதடுகளிலிருந்து
உதிர்கிறது ஒரு மியாவ்.

பிருந்தா சாரதி

காற்று குளிர்ந்து
மழைச் சத்தமும்
மண் வாசமும் எழ
ஈரச்சுவர்களில் இருந்து
குதித்து வரத் தொடங்குகின்றன
கூட்டம் கூட்டமாகத் தவளைகள்
மந்திர வார்த்தைகளை உச்சரித்தபடி.

உன் பூனைத்தலை உடல்
அத்தவளைகளை எடுத்து
விழுங்கத்தொடங்குகையில் ஒலிக்கிறது
அழைப்பு மணி.

ஒரு கொரியர் பையன் வந்து
மிரண்ட கண்களோடு
பூங்கொத்து ஒன்றைக் கொடுக்கிறான்
கூடவே எனக்கான
உன் பிறந்தநாள் வாழ்த்துகளையும்.

இரு நூறு ஆண்டுகள் தாமதம்
என்று கடிந்துகொள்கிறாய் அவனிடம் .

அக்கணம் என் உடல் மீது
ஒரு மீன் தலை
முளைத்துக்கொண்டிருப்பதைப் பார்த்தேன்
உன் கண்களில்.

*

(நன்றி: 'நான்காவது கோணம்' - ஜூலை, 2017)

## ஆண் எனும் பிறவி

உருவ அழகைத் தாண்டி
உன்னை மதிப்பதற்கும்
ரசிப்பதற்கும்
எத்தனை அம்சங்கள்?

நீ அறிவிற் சிறந்தவள்
ஆளுமை கொண்டவள்

தனித்திறன் மிக்கவள்
எதையும் நேர்தியாகச் செய்பவள்

நூதனம் நிறைந்தவள்
நுட்பமானவள்

இன்னும் சொல்லலாம்
இதுபோல் ஏராளம்... ஏராளம்...

ஆனாலும் நீ என்றால்
உன் உருவ அழகுதான்
முன்னால் வந்து நிற்கிறது
இந்த ஆண் எனும் பிறவிக்கு.

உயிரணுக்களின் முன்பதிவுகளால்
நிகழ்வது அது என்று
ஆறுதல் அடைந்தாலும்
வெட்கமாகவே இருக்கிறது உள்ளுக்குள்.
*

(நன்றி: 'பேசும் புதிய சக்தி' - டிசம்பர், 2019)

# சவப்பெட்டி செய்பவன்

கட்டில்களைத்தான்
செய்து கொடுத்து வந்தேன்
கல்யாணச் சீராக....

தொடர்ந்து தொட்டில்களையும்
நான்தான் செய்து தந்தேன்.

ஊரில் பலரது
தாம்பத்தியத்தைத்
தொடங்கி வைத்தவன்
எனும் பெருமை எனக்குண்டு .

கைராசிக்காரன் எனும்
கௌரவமும் தந்தது ஊர்.

உடல் களைத்துப்போகையில்
கண்ணயர்ந்தனர்
என் படைப்பில்.

ஊர்க் குழந்தைகள் தூங்குவது
என் உள்ளங்கையில்தான்.

விருந்துக்கும் உபசரிப்புக்கும்
குறைச்சலில்லை எப்போதும்.

ஒரு நாள் சவப்பெட்டி செய்பவன்
செத்துவிட்டதால்
அவன் மரணத்திற்கு
நான் செய்து தரவேண்டி இருந்தது
ஒரு சவப்பெட்டியை.

முதன் முதலில் செய்யும் முனைப்பில்
கொஞ்சம் கூடுதல் கவனம்
செலுத்திச் செய்தேன்

ஊரே புகழ்ந்தது
அதன் கலை வேலைப்பாட்டை.
இறந்தவனின் அதிர்ஷ்டத்தை மெச்சியது.

அது தெரியாமல்
அடங்கினான் அவன்
நான் செய்த சவப்பெட்டியில்.

அடுத்தொரு குழந்தை பிறக்கும் முன்பே
மற்றொரு சாவு
ஊரில் நிகழ்ந்ததால்
மீண்டும் ஒரு சவப்பெட்டியை
செய்தன என் கரங்கள்
மனிதனின் முடிவுரையை எழுதும்
வருத்தத்துடன்.

இருந்தும்
மனதை ஆறுதல் படுத்திக்கொண்டேன்
முன்னுரை எழுதுபவன்தானே
முடிவுரையையும் எழுதியாகவேண்டும் என.

ஆனால் ஊர் அப்படி எண்ணவில்லை
முடிவுரை எழுதியவன்
மீண்டும் முன்னுரை எழுதக்கூடாது என
என்னை விலக்கிவிட்டது.

குழந்தையொன்று பிறக்கையில்
என்னிடம் சொல்லாமலேயே
புதிதாய் ஒரு தச்சனை
அழைத்து வந்தது
தொட்டில் செய்ய.

முதலில் ஒருவர் செத்தபோதே
இப்படிச் செய்திருந்தால்
என்ன என
அடிக்கடி நினைத்து அழுதேன்.

கட்டில் செய்த கைகள்...
அதன் சோர்வு அடங்குவதற்குள்
தொட்டில் செய்த கைகள்...
இன்று வெறும் சவப்பெட்டிகளை மட்டுமே
செய்து வருகின்றன.

கட்டிலையும் தொட்டிலையும்
செய்ய வருகையில்
மலர்ந்த முகத்தோடு
பார்த்த முகங்களை
இப்போது பார்க்க முடிவதில்லை.

துக்கத்தின் அடர்ந்த நிழலோடு வரும்
மனிதர்களைப் பார்க்கும் போதே
அச்சம் வருகிறது
இவர்களுக்கும் நான்தான்
செய்ய வேண்டி வருமோ என.

அது மட்டும் நிகழ வேண்டாம் என
அவர்கள் போனதும் அரற்றி அழுவேன்...

நீண்ட நாள் வாழ்க நீங்கள்
உங்களுக்கு முன்பே விடைபெறுவேன் நான்
எனப் புலம்புவேன்.

தாலாட்டுச் சத்தம் கேட்டுக்கொண்டிருக்கும்
என் காதுகளில்
இப்போது
அழுகுரலும் ஓலமும் கேட்கிறது.

நான் சாகும்போது
இப்பணிக்கு அழைக்க வேண்டாம்
இப்போது தொட்டில் செய்பவரை...

நானே அதைச் செய்துவைக்க முடியாது.

முன்கூட்டியே யாருக்கும்
செய்வது வழக்கமில்லை
நம் ஊரில்...

அப்படிச் செய்வது
அபசகுனம் ஆகுமாம்.

அவ்வப்போது
தத்துவ தரிசனங்கள்
நிகழ்கின்றன
நள்ளிரவின் மயான அமைதியில்.

ஒருநாள் அசரீரி போல்
ஒரு குரல் கேட்டது
சின்னச் சின்னத் தூக்கத்திற்கு
உதவியவன் நீ
நீண்ட உறக்கத்திற்கும் உதவு
கடவுளால் கவனிக்கப்படுகிறது உன் பணி.

பிருந்தா சாரதி

அது மட்டுமல்ல
இப்போதும் நீ செய்வதும் ஒரு தொட்டிலே...
மண்ணின் மடியில் நீள்துயில் காண
உதவும் தொட்டிலையே நீ செய்கிறாய்
என்பதாய்.

விதியே
ஏற்றுக்கொண்டுவிட்டேன்
எனக்கு நீ விதித்த வாழ்வை....
மரணத்தால் வாழும் வாழ்வை.

என் வேண்டுகோளையும்
ஏற்றுக்கொள்ள வேண்டும் நீ.

அது இதுதான்:
அடிக்கடி இவ்வூர்
என்னைத் தேடும்படி வைக்காதே.
அத்தோடு
பழுத்த இலைகள் மட்டும்
உதிரட்டும் காற்றில்....
புயலடித்துத்
தளிர்களோ மலர்களோ
உதிர்ந்துவிடவேண்டாம்.
*
(நன்றி: 'இருவாட்சி' - பொங்கல் மலர்)

## நெடுஞ்சாலை நடுவேயும் முளைவிடும் தாவரம்

கருங்கல் ஜல்லியிட்டு நிரவி
கொதிக்கும் தார் ஊற்றி மூடி
ரோடு ரோலர் கொண்டு நசுக்கி
இறுக்கிப் புதைத்தாலும்
முட்டி முட்டி முளைவிடுதே சிறு புல்
அப்பச்சைத் தளிருக்கும்
ஒளி தருதே இளங்கதிர்
சிற்றுயிர் மேல் ஏற்றாமல்
வளைந்து நெளிந்து போகிறதே
பரபரக்கும் நகர்தனிலும் வாகனங்கள்
நெடுஞ்சாலை நடுவேயும்
முளைவிடுது பார் இளம்பச்சைத் தாவரம்
நமக்கென்ன தடை இந்தப் பூமியிலே
உயிர்த்தெழும் துடிப்பிருக்கும் வரை
இங்கு வாழ்வுண்டு
தாகமுள்ள உயிர் தேடி
கருணை மழை கட்டாயம் வரும் நண்பா
நூலாம் படை விலக்கி வெளியே வா
பனிப் புகைக்கு அப்பால் பொன்னொளிதான்
தயங்காமல் கிளம்பு.

*

## காணாமல் போனவர்கள் பற்றிய அறிவிப்பு

நினைவிலிருந்து நழுவி ஓடிவிட்ட
கவிதைகளே...

எங்கு இருக்கிறீர்கள் இப்போது?

நலமுடன் இருக்கிறீர்களா?

எங்கிருந்து பெறுகிறீர்கள்
இவ்வளவு கவர்ச்சியை
எழுதிய கவிதைகளை விடவும்
அதிகமாக....

நீங்கள் வசிக்குமிடம் எது?

காணாமல் போகும் அனைவரும்
ஒரே இடத்தில் இருப்பீர்களா?
அல்லது
ஆளுக்கொரு திசையில் திரிவீர்களா?

மந்தையில் இருக்கும் ஆடுகளை
மறந்துவிட்டு
காணாமல் போன
ஆட்டைத் தேடி அலையும்
இடையனாகிவிட்டேன்
இப்போது.

நானாக உங்களைக் கண்டுபிடிக்கும்
திறன் பெறுவேனா?
தெரியவில்லை...
நீங்களாகவே வந்து
என்னிடம் சேர்த்துவிடுங்கள்.

இன்னொரு முறை
உங்களைத் தொலைக்க மாட்டேன்
நிச்சயமாக
கவனித்துக்கொள்வேன்
கண்ணும் கருத்துமாக.

குழந்தையைத் தொலைத்துவிட்ட
தாய் மனதின் அல்லல்
புரியுமல்லவா உங்களுக்கு?

காணாமல் போவதால்
நீங்கள் இல்லாமல் போவதாகுமா?
வாழ்கிறீர்கள்
கருவில் கலைந்த குழந்தை
தாயின் நினைவில் வாழ்வதைப் போல.

திடுமென விழித்து அவள்
வயிற்றைத் தடவிக் கொள்வதைப்போல
நானும் விழித்தெழுந்து
என் நினைவைக் கிளறுகிறேன்
சிலநேரம்.

உங்கள் சொந்த வீட்டுக்கு வந்துவிடுங்கள்
என் செல்வங்களே.

இங்கிருந்து போனால்தான்
போன இடத்திலும்
தலை நிமிர்ந்து வாழ முடியும்.

நீண்டநாள் தலைமறைவாகவும்
வாழ முடியாது.

நிம்மதியாகக்
கண்ணயர முடியாது
ஒரு நாளேனும்...

நானும்தான்.
*

# மதிய உறக்கத்தின் நியாயங்கள்

உணவின் கவளங்கள்
ஒவ்வொன்றாய் வயிற்றில்
இறங்கிக்கொண்டிருக்கும்போதே
நல்லரவத்தின் நச்சைப் போல்
மூளையிலிருந்து
துளித்துளியாக இறங்கத்
தொடங்கிவிடுகிறது உறக்கம்
கண்களின் இரைப்பைகளுக்கு.

அது பரவத்தொடங்கும்போது உடலும் மனமும்
அணிந்து கொள்கின்றன
ஆயிரத்தொரு அரேபியக் கதைகளில் உலவும்
அடிமைகளின் சாயலை.

உத்தரவுக்குக் கட்டுப்படுவதைத் தவிர
வேறொரு சிந்தையுண்டோ அடிமைகளுக்கு?

பசிக்கு ஒரு இரைப்பைதான்
உறக்கத்திற்கோ இரண்டு.

நிரம்பித் தளும்பும்
கவலைகள் மட்டுமல்ல
பொங்கி வழியும் களிப்பும்
நாடி நரம்புகளை
இறுக்கி இளகி விளையாட
உடலில் கூடுகட்டத் தொடங்குகிறது
மதிய உறக்கம்.

அப்போது நம்மையறியாமல்
இமைகளில் படிகிறது
தூக்கத்தின் அபின்.

இரவின் நீளத்தை
கண்ணீர்த்துளிகளாலும் பெருமூச்சுகளாலும்
அளந்து பார்த்தவர்கள் மட்டும் அறிவார்கள்
மதிய உறக்கத்தின் மகா சுகத்தை.

உறக்கம் தவிர்த்து
இன்னொரு போதையால்
உடலின் களைப்பைத் தீர்த்து
இரண்டாம் மூன்றாம் ஜாமங்களில்
மூத்திரப் பை நிரம்பி
கழிவறைக்கு எழுப்புகையில்
தங்களைத் தாங்களே
கெட்ட வார்த்தையால் திட்டிக்கொண்டு
படுக்கையை விட்டு எழுபவர்கள் அறிவார்கள்
மதிய உறக்கத்தின் நியாயத்தை.

இரவெல்லாம் அழுது
அரற்றிய குழந்தைக்கு
ரே ரே பாடி
உறக்கம் தொலைத்துப்
பின்னும் காலையெழுந்து
சமைத்துக் களைக்கும்
இளம் மனைவியின்
காதல் கணவன் அறிவான்
மதிய உறக்கத்தின் நியாயத்தை.

நள்ளிரவின் சாலைகளில்
நாய்களின் ஊளையின் ஊடே
விசிலூதி அலையும் கூர்க்காவின்
கண்காணாத் தாயும்,

அனைவரும் தூங்கும்
அடுக்குமாடிக் குடியிருப்புகளின் வாயிலில்
கொசுக்களும் குளிரும் வாட்ட
கொட்டக் கொட்ட வரும் தூக்கத்தை விரட்ட
இமைகளை ஈரத்துணியால் துடைக்கும்
வயது முதிர்ந்த காவலாளியின்
நரை விழுந்த துணைகளும்
அறிவார்கள்
மதிய உறக்கத்தின் நியாயத்தை.

மருத்துவர்களாலும்
தூக்க மாத்திரைகளாலும்
கைவிடப்பட்டவர்களின்
வலிக்கும் இமைகள் அறியும்
மதிய உறக்கத்தின் நியாயத்தை.

இவை ஒன்றையும் அறியாமல்
மதிய உறக்கத்தை
சோம்பேறித்தனம் என்று திட்டுபவர்கள்
தைரியம் இருந்தால் திட்டட்டும்
களவாணிகளின் வீடுகளுக்குப் போய்
ஒரு மதியவேளையில்.
*

**(நன்றி: 'குமுதம்' - 29.06.2022)**

# சொற்கள்

துயரின் வலி நிறைந்த
என் இரவின் உடலைப்
பகலின் ஒரு கிரணம் கொண்டு கீறுகிறேன்
இந்த மதிய வேளையில்.

ஊற்றாய்ப் பெருகி வரும் வேதனையோடு
கூடவே மிதந்துவருகின்றன
வெக்கை உள்ளடங்கிய
சில சொற்களும்.

வலிக்கு ஒத்தடம் கொடுக்கும்
கவிதை ஒன்றை எழுதலாம்
அவற்றைச் சேகரித்தால்.

ஆனால் அயற்சியில்
நானே மூழ்கி விடுகிறேன்
சொற்கள் நழுவ.

ஒருவேளை உங்கள் வசம்
அவை சேர்ந்துவிட்டால்
தயை கூர்ந்து
அவற்றை
காலில் போட்டு மிதித்துவிடாதீர்கள்.

ஒரு கண்ணாடிப் புட்டியிலிட்டுக்
கடலில் வீசுங்கள் அல்லது
ஒரு சேற்று நிலம் பார்த்துப் புதைத்துவிடுங்கள்.

நசுங்கிய இதயத்திலிருந்து
எழும் பெருமூச்சை
யாருக்கும் தெரியாமல்தான்
பதுக்கிவைத்திருந்தேன்
அச்சொற்களில் நெடுங்காலம்.

இப்போது அவை
தலைமறைவுப் பயணம் செய்யப்போவதாய்
எண்ணிப் புறப்பட்டு
என் முகத்தின் ஒப்பனைகளை
அழித்துச் செல்கின்றன.

வாசல் கடந்த தாகம்
வாய் திறந்த மேனியாய்
தண்ணீர் தேடி
வீதியில் அலைவதைத்
தடுக்கமுடியாத கௌரவம்
முகமூடி வாங்கப் போய்விட்டது
சந்தைக்கு.

கயிறறுந்து தாவும் என் சுயம்
பராமரிக்க முடியாத ஒரு பிராணி
இப்போது.

அதனால் கேட்கிறேன் உங்களை
என் சொற்களைக் காப்பாற்றும்படி.

அவற்றை வெறுக்காமல் விதையுங்கள்
அல்லது
அன்போடு புதையுங்கள்.

ஏதோ ஒரு தீவில்
பசுஞ்செடியாய் முளைத்து
அவை கிளைபரப்பும்
அல்லது
எங்கோ ஒரு வயலில் கிழங்காகி
யார் பசி போக்கவோ காத்திருக்கும்.
*

(நன்றி: 'இனிய உதயம்' - டிசம்பர் 2021)

## அருங்காட்சியக ஓவியங்கள்

பசுந்தளிர்கள் முளைத்துத்
தலை நீட்டிக்கொண்டிருக்கின்றன
கண்களிலிருந்தும்
காது மடல்கள் வழியாகவும்...

சில மலர்கள் பூத்துள்ளன
கூந்தல் நுனிக் காம்புகளில்.

ஓவியப் பெண்ணே
உன் உதடுகளில் நெளியும்
தண்ணீர்ப் பாம்புகளின் பளபளப்பு
உன் புராதனக் காதலை
வெளிப்படுத்துகையில்
நான் கண்ணாடிக்குளம் ஒன்றை வெட்டி
அதற்குள் குதித்து
உன் காலத்தை நோக்கி நீந்தி வருகிறேன்.

கரைகாணாக் கடலாக விரிகிறது குளம்
நீல வான் மேகங்களை
வாயில் போட்டுக் குதப்பியபடி.

காலத்துடன் கரைந்து நீந்துகிறேன்
அலையேதுமற்ற அக்கடலில்.

என் உருவே கொண்ட
இன்னும் பலர்
அதில் முன்பே நீந்திக்கொண்டிருக்க
மேலும் மேலும் பல நான்கள் தொடர்ந்து
குதித்தபடி.

கண்ணாடித் துண்டுகளாய்
உடைந்து நொறுங்கிய சூரியன்
தண்ணீரில் எதிரொளிக்கிறது
நனைந்த தீக்கங்குகளாய்.

எப்போதோ ஓர் ஆழிப்பேரலையில்
மூழ்கிய ஒரு மணிக்கூண்டு
நீர் ஆழத்தில் வளைந்து நெளிந்து
காலமற்றதொரு காலத்தைக்
காட்டி மிதக்கிறது.

காதல் கடலில் ஒருவரோடு ஒருவர்
போட்டி போட்டபடி நீந்துபவர்களாயிருந்த
என் போட்டியாளர்களின் உடல்கள்
கரும்பச்சை
வெளிர்நீலம்
அடர்சிகப்பு என
ஒவ்வொரு கணமும் நிறம் மாற
வினோதமாக உணர்ந்த நான்

குனிந்து என் உடலைப் பார்க்க
அறிகிறேன்
அவ்விதமே நானும்
நிறம் மாறிக்கொண்டிருப்பதை.

ஓவியப் பெண்ணே
நீயும் பறந்து வருகிறாய்
அந்தர வெளியில்
எங்கள் போட்டியை ரசித்துக்கொண்டு
ஏதேதோ மாயப் பறவைகள் புடைசூழ.

உன்னிடமிருந்து
சிதறி விழும் முத்தங்கள் பறவைகளாய்ப் பறந்து
மீன்களாய் உருமாறி
நீர்மட்டம் வந்து
தண்ணீரைத் தொட்டதும்
கடல் உறைந்து
கண்ணாடிச் சட்டத்தில்
அகப்பட்ட குளமாகிறது.

அருங்காட்சியகத்தில்
எதிர் எதிரே
இரு புராதன ஓவியங்களாய்
நீயும் நானும்.

காலங்கடந்த காதலின் ஒளி
ஒன்றில் ஒன்று எதிரொளிக்கிறது
இரண்டு கண்ணாடிச் சட்டங்களிலும்
மாறி மாறி.
*
(நன்றி: 'குங்குமம்' - 10.02.2017)

## உடைந்ததை நொறுக்கிவிடு

தாங்க முடியாத அன்பை
செலுத்தாதே என் மீது.

அன்பே...
உடைந்த பாத்திரத்தில்
எவ்வளவு நீரை நிரப்பினாலும்
அது நிரம்பப் போவதில்லை...

மேலும் மேலும்
குற்ற உணர்ச்சியில்
குறுக வைக்காதே என்னை.

நடுங்குகிறேன்
உன் கரிசனத்தின் குளுமையில்.

புரிகிறதா இல்லையா உனக்கு?
நான் அமர்ந்திருக்கும் சிம்மாசனம்
நாடக அரங்கினுடையது .

செப்புப் பட்டயங்களால் அல்ல
என் அதிகாரமும் உத்தரவுகளும்
சரிகைக் காகிதங்களால் ஆனவை.

அன்பே...
தேடாதே இங்கு
உண்மையின் சுவடுகளை.

உன் கண்மூடித்தனமான அன்பை
மேய்ந்துவிடும் ஆடு
உன்னைப் பின்தொடர்கிறது.

இங்கு நீ பார்ப்பவை யாவும்
உருவெளித் தோற்றமே.

உண்மையின் காட்சியைக்
காணவிடாது ஏமாற்றுகின்றன
மேடைவிளக்குகளுக்குப்
பழகாத உன் கண்கள்.

உன் பாதங்களின் கீழே
அரூப நதியாய்
நழுவிக்கொண்டிருக்கும் காலத்திற்கு
பதிலுரைக்க முடியாது என்னால்.

அதில் நீந்த முயன்று
நான் மூழ்கிய கதை
உனக்குத் தெரியாது.

என் மீது அன்பிருந்தால்
உன் வெறுப்பினால்
முழுமை செய்
இந்தக் காதலை.

ஆம்... உடைந்ததை நொறுக்கிவிடு.
*

## மரணத்திடம் ஒரு வேண்டுகோள்

என்ன உலகம்
இந்த உலகம்?
நேற்றிருந்தவர் இன்றில்லை எனும்
கொடுமை மிகுந்த உலகம்.

என்ன வாழ்க்கை
இந்த வாழ்க்கை ?
கனவில் பார்த்ததும் கலைந்து போகிறது
கண்ணால் பார்ப்பதும் கரைந்து போகிறது.

இது என்ன
இலக்கியத்தின்
இலையுதிர் காலமா?
தமிழ் அறிவுலகத்தின்
தலையுதிர் காலமா?

காலமே இத்தனை அவசரம் காட்டாதே
கடல்கோளில் முன்பு
நூல்களை எல்லாம் அள்ளிக்கொண்டு போனது போல்
இப்போது அவற்றை ஆக்கும்
ஆட்களை எல்லாம் அள்ளிக்கொண்டு போகிறாயே.

என்ன நியாயம் உனது நியாயம்?
ஒரே புயலில் ஊரை அழித்த கஜாவைப் போல்
ஒரே நேரத்தில் ஒட்டுமொத்த
அறிஞர்களையும் அள்ளிக்கொண்டுபோக நினைப்பது?

விதை நெல் களவுபோன
விவசாயியின் வீடு போல்
தவிக்கிறது தமிழுலகம்
அடுத்தடுத்து நிகழ்ந்த
அறிஞர்களின் மறைவால்.

விதியே
இரங்கல் கவிதைகள்தான்
இனி எங்களுக்கு
இக்கால இலக்கியமா?

வரலாறுகளை எல்லாம்
தேதித் தாள் போல் கிழிப்பதுதான்
மரணமே உன் இலட்சியமா?

இடி மேல் இடி விழுந்தால்
இமயமும் தாங்காது
உன் மின்னல் வேகத்தைக்
கொஞ்சம் நிறுத்து.

எங்கள் தோட்டத்தில் பூப்பதை எல்லாம்
மலர் வளையம் கட்ட மட்டுமே
அனுப்பிவைக்க முடியுமா?

கன்னங்களைத் துடைத்துக்கொள்ளவாவது
கொஞ்சம் அவகாசம் கொடு.

*

(நன்றி: 'கவிதை உறவு' - ஜூலை, 2019.
வரிசையாக தமிழ் அறிஞர்கள், எழுத்தாளர்கள்
மறைந்தபோது எழுதிய அஞ்சலி கவிதை.)

## நடைப் பயிற்சி 10

1.
நடைப் பயிற்சிக்கு வருகிறவர்களை
பூத்தூவி வாழ்த்துகிறது
பூங்காவின் மூத்த பூமரம்.

2.
நன்றி மரங்களே
நாங்கள் வரும் முன்
நடைபாதையில் பூக்கோலம் போட்டு
வரவேற்பதற்கு.

3.
பூக்கள் மிதிபடுவதைத் தாங்கமுடியாத இதயங்கள்...
நடைபாதையில் வீழ்ந்து கிடக்கும்
பூவரச மர இலைகள்.

4.
இப்போது எடுத்துவைக்கும்
ஒவ்வொரு அடியும்
உங்கள் ஆயுளின் நீளத்தை
நீங்களே நீட்டிக்கும் வழி.

5.
நடந்தால் போதும்
ஒழுங்காய் ஓடிக்கெண்டிருக்கும்
இரத்த ஓட்டம்.

6.
நடப்பதெல்லாம் நன்மைக்கே
என்றவன் உண்மையில் ஞானி
நடக்க நடக்க நம்பிக்கை.

7.
கால்கள் மேல் கருணை காட்டு
மரத்துப் போகும்படி
உட்கார்ந்துகொண்டிருக்காதே.

8.
கழைக் கூத்தாடியைப் பார்த்துத் தெரிந்துகொள்ளுங்கள்
நடக்கும் போது
கண்களை எவ்வளவு
கவனமாகக் கவனித்துக்கொள்ள வேண்டும் என்று.

9.
நடையில் நின்றுயர் நாயகன்
என்றுதான் அழைக்கப்படுகிறான்
காவியத் தலைவனே.

10.
நடைப்பயிற்சியை முழுமையாகச் செய்பவை
கூடவே வரும்
செல்ல நாய்கள்தான்.
\*

(நன்றி: கவிதை உறவு)

## காதல் தாவரம்

ஒவ்வொரு விதைக்குள்ளிருந்தும்
முளைத்து வருவது
காதல்தான்.
*
'முளைச்சு மூணு இலை' விட்டதும்
பச்சைக்கொடி காட்டுவது
ஒரு வண்ணத்துப்பூச்சியின் வருகைக்காக.
*
செடியாக நிமிர்கிறேன்
தளிரைக் கிள்ளாதே
உயிரில் வலிக்கிறது.
*
நான் மரமானதே
குயிலே நீ
குடியிருக்கத்தான்.
*
இலைகளில் எழுதப்பட்டிருக்கிறது
உன் பசுந்தளிர் அழகுகள்
சில ரகசியக் குறிப்புகள்
இலைமறைக் காய்களில்.
*
உன் மடியின் குளுமை
ஒவ்வொரு மரத்தடியிலும்.
*

மரத்தடியில்
உதிரும் பூக்கள்
உன் சொற்கள்.
*
கிளைகளை நீட்டி
மரம் தரும் பூங்கொத்துகள்
காதல் கடிதங்கள்.
*
இன்று நனைக்கும் பனிக்காக
நேற்றெல்லாம் வெயிலில் காய்ந்தது
என் தளிர்.
*
யாருக்கும் தெரியாமல்
மலரை முத்தமிடும் வண்ணத்துப்பூச்சியே
இத்தனைக் காலம்
ஒளிந்திருந்து தலைகாட்டியது
இக்கணத்துக்காகவே...
இக்கணத்துக்காகவே...
*
வனங்களின் சத்தத்தில்
எதிரொலிப்பது
காதல் காதல் காதல்.
*
கனியாகிறது மலர்.
தாய்மையாகிறது காதல்.
*
(நன்றி: 'தை' இதழ் - 2019)

## தரிசனம்

கோயில் குளத்தில்
மடல் விரித்து மலர்ந்திருக்கும்
தாமரைகளும்

உடலினுள் சுழலும்
சக்கரங்களும்

அங்குமிங்குமாய்
மாறி மாறித் தோன்றும்
நினைவழிந்த
கனவாழக் கணங்களில்
மனக் குளத்து நீரிலிருந்து
சலனமில்லாமல் எழுந்து வந்து
படியேறிச் செல்கிறாய்.

சொட்டு சொட்டாய் வடியும்
உன் கூந்தல் நீர் வைக்கும் புள்ளிகளில்
கோலம் போடும் மனதை
விட்டேற்றியாய் விட்டுவிட்டுத்
தூணில் சாய்ந்து நீ செல்வதையே
வேடிக்கை பார்க்கிறது
என்னைப் பிளந்த
எனது ஒரு நான்.

சடமெனச் சரிந்திருக்கும் உடலில்
சக்திப் பிரவாகம் பீறிடும்
அறிகுறி

ஒளித் துகள்கள்
அண்டவெளியெங்கும்
பரவி விரவும் காட்சி

கால வெளி எதுவென
விவரிக்க இயலாக்
கால வெளியில் அடங்குகிறது
நிதானித்த சுவாசமும்.

நீ நான் அது இது எல்லாம்
கூடு விட்டுக் கூடு பாய்ந்து
ஒன்றாகிப் பலவாகிச்
சிதறி ஒன்றி
இறுதியில் ஒன்றுமில்லாமல் போய்
அரைகுறை விழிப்பில்
காண்கிறேன்
மண்டபத்தின்
ஒரு தூணில் நீ
மறு தூணில் நான்
கால இடைவெளியை
தாண்ட இயலாச் சிலைகளாக.
*
(நன்றி: 'நிறை' - செப்டம்பர், 2022)

## கண்கட்டு வித்தை

கரும்பச்சைக் கரைசலில்
மூழ்கிக்கொண்டிருந்தேன்.

நெளிந்துபடி இருந்தன
கரையில் இருந்த மரங்கள்.

கதிரொளி நீரில் பட்டு
விலகித் திரும்பத்
துணிந்தவை
ஆழங்களில் ஊடுருவித்
தூண்டில் வீசின.

இமைகளுக்குள்
இளஞ்சிவப்பு
மஞ்சள் வண்ணக் கோடுகள் நீள
யாருடைய கைகள்
கோலமிடுகின்றன?

ஒளியைத் தின்னும் மீன்களின்
இமையா அமர விழிகளில்
என்னைக் கண்டுகொண்டே
தொடர்கிறது பாதை.

கிணற்று வாளியின் கயிறாய்த்
தளர்ந்துபோய் இருந்த நினைவு
எடை இழந்த ஆனந்தக்களிப்பில் ரசம் ஊறி
உடல் சிலிர்க்கிறது.

எங்கோ ஏதோ ஒரு கிரகத்தில்
ஓர் இளநீலச் சுடரோடு
என் செவ்வண்ணச் சுடர் கலக்க
நீண்ட காலத் தாகம் தீர்ந்து
இமைகளில் கசிகிறது ஒரு துளி.

அன்பே
அது என்னுடையதா
உன்னுடையதா?
*
(நன்றி: 'மகாகவி' - அக்டோபர், 2022.)

## உன் பாடல்

ஒரு நாளுக்கு ஒளியூட்டும் சுடர்
நீண்ட இரவைக் கடக்க உதவும் தோணி
துயரங்களின் வீதியில்
தலைகோதும் காற்றின் இதம்
வெறுமைகளின் முடிவற்ற பாதையில்
எதிர்பாராத தண்ணீர்ப் பந்தல்
கவலைப் பொழுதுகளிலிருந்து
காப்பாற்றி மிதக்கவிடும் பறக்கும் கம்பளம்
சலிப்புகளைக் களிப்புகளாக்கும் சந்தோஷச் சாரல்
ஏக்கப் பெருமூச்சை மாற்றி
உணர்வின் நரம்புகளைச் சமன்செய்து மீட்டும்
அபூர்வ நறுமணம்
மனக் காயங்களுக்கு மருந்திடும் மாய விரல்
நெறிகட்டிய மௌன வலிகளின் மீதான
ரகசிய முத்தம்
உன் பாடல்.
*
('பாடும் நிலா' எஸ்.பி.பாலசுப்ரமணியம் அவர்களுக்கு...)

## கண்ணாடித் தாமரை

தலைகீழாய்ப் பூத்திருக்கும் தாமரையில்
புகுந்து விளையாடும்
பொன்வண்ண மீனை
வேடிக்கை பார்க்கிறாள்
நீரெடுக்க வந்த
புதிதாய் ருதுவான குமரி.

அவள் காதுக்குள்
கிசுகிசுக்கும்
சற்றே கனிந்த தோழியிடம்
ச்சீ என்று சிணுங்கிவிட்டுப்
புள்ளதாச்சி அக்காவிடம்
புகாரளிக்கிறாள்.

தண்ணீர் முகருகையில் வரும்
குபுக் குபுக்கில் அப்படி என்ன இருக்கிக்கிறது?

மூவரும் குலுங்கிக் குலுங்கிச் சிரிக்கிறார்கள்.

கரையோர மரத்தடியில் சீட்டுப் போடும்
மைனர்களில் ஒருவன்
இவர்களை நோட்டம் விட்டுத்
துண்டை உதறி எழுகிறான்.

கூட்டாளிகள் அவனை விடாது இழுக்க
வேட்டி அவிழ்ந்த கவலையின்றி
பட்டாபட்டி தெரிய அருகே வருகிறான்.

கனிந்தவளின் கண் மட்டும்
அவன் திசையேகித் திரும்புகிறது.

புதுக்குமரியோடு வேகநடை போடுகிறாள்
புள்ளதாச்சி.

பூக்கிறது
ஒரு கண்ணாடித் தாமரை
குடத்து நீரில் தலைகீழாக.
மீன்களின் துள்ளல் இன்றியும் கலங்குகிறது
அந்தச் சின்னக் குளம்.
*
(நன்றி: 'மகாகவி' - ஜூன், 2022.)

## வேப்பம் பழங்கள் ஏன் இனிக்கின்றன?

உன் வீட்டு வேப்பமரங்கள் உதிர்த்த
வேப்பம் பழங்களைப் பொறுக்கி
உனக்கே பரிசளிப்பேன்.

ஏழு கடல் ஏழு மலை தாண்டிக்
கவர்ந்து வந்த
அபூர்வக் கனிகளென
அவற்றை உன் சிறுகைகள் ஏந்தி
வாங்கி ரசித்து உண்பாய்
ஒவ்வொன்றாய்.

பின் திடீரென ஞாபகம் வந்து
எனக்கும் தருவாய்
அவற்றில் சிலவற்றை
தலையில் குட்டிக்கொண்டு.

வேப்பம் பழங்கள்
ஏன் இனிக்கின்றன
என்பது புரிந்தது
எனக்கு அப்போது.

*

## தேநீர் சந்திப்பு

தன் கண்ணாடி பிம்பத்தோடு
கைகுலுக்கிக்கொண்டிருந்தான்
அவனை நான் சந்திக்கச் சென்றிருந்தபோது.

பாராமுகமாய் என்னைப் பார்த்த அவன்
வேண்டாவெறுப்பாகக் கூட என்னை
வரவேற்கவில்லை.

தன் பிம்பத்துடன்
தேநீரைப் பகிர்ந்தபடி
உரையாடிக்கொண்டிருந்தான்.

அவனது பிரதாபங்களை
பல முறை விவரித்திருந்த அது
மீண்டும் ஒரு முறை விவரித்ததை
பெருமிதமாகக் கேட்டான்.

அவன் இரு காது மடல்களும்
விரைத்திருந்தன.

என்னை நோக்கித் திரும்பினான்
பெருமிதம் பொங்க.

இப்போதாவது நான்
அவன் பெருமைகளை
அறிந்து கொண்டேனே என்று.

ஆனால்
அவன் கவனிக்கவில்லை
அவன் திரும்பிய வேளையில்
அவன் வழங்கிய தேநீரை
அவன் மீதே வீசி
முறைத்துக்கொண்டிருந்த
அவன் பிம்பத்தை.
*
**(நன்றி: கவிதை உறவு)**

## நாகலிங்க மரத்தடியில் பிறக்கும் இசை

அல்லி வட்ட அடுக்குகளில் பொதிந்திருக்கும்
ரகசிய மகரந்த தாபங்களை
இதழ் மூடி மறைக்கும்
காட்டு மலர் ஒன்று
பொழுது சாயும் வேளைகளில்
மடல் விரித்துப் பரப்புகிறது
காமத்தின் வாசனையை.

இரவெல்லாம் சுனை தேடித் திரிந்தவனோ
கானகம் அலைந்த களைப்பில்
சோர்ந்துபோய் உறங்குகிறான்
நாகலிங்க மரத்தடியில்.

மச்சக் கன்னிகளும்
நாக தேவதைகளும் உலவும்
தன் பகல் தூக்கம் கலைந்து
அந்தியில் எழுகிறான்
வனப் பூவின் வாசனை நிரம்பிய
காற்றின் தழுவலில்.

காதலின் தேன்குடம்
கனவில் தளும்ப
கானகத்தின் பேரமைதி
திகிலையும் தினவையும்
உயிரணுக்களில் எழுப்ப
இசை தடவிய சொற்களைத்
துணைக்கழைக்கிறான்
உலர்ந்த நாவின் மௌனக்கூட்டிலிருந்து.

அவன் வாய்க்கூண்டிலிருந்து
சிறகடித்தபடி பறந்துவரும்
இசைச் சொற்கள்
ராகத்தைக் குழைத்துப் பூசிய
வண்ணங்கள் மிளிரப்
பாடி மகிழ்கின்றன
பூவிதழின் சாரம் ஊறிய
தேன்துளிகளின்
திகட்டாத தித்திப்பை.

பல்லவி முடிந்து
சரணம் தொடங்குகையில்
வறண்டதொரு சொற் கூட்டம்
பள்ளாத்தாக்கெங்கும் பரவவிடுகிறது
அவன் நூற்றாண்டு காலத் தனிமையை.

மரக்கிளையிலிருந்து குறும்பாய்த்
தன் நீலவால் விசிறியை அசைக்கும்
பறவையின் கேலியில் சினம்கொண்டு
அதன் பூர்வீகம் விசாரிக்க
அதுவோ அவனது
தீரா வேட்கையின் புராணத்தை
விவரிக்கிறது விலாவாரியாக.

தன் மன அசைவுகளை
அது எவ்விதம் அறியமுடியும் என்று
அதிர்ச்சி அடைகிறான்
விழிகள் விரிவதைத் தவிர்க்க முயன்று
தோற்று.

பின் வெட்கம் துறந்து
பெயர் அறியா அப்பறவையிடம்
தூது செல்லக் கெஞ்சுகிறான்
தொடரும் தன் பாடலின் இரண்டாம் சரணத்தில்.

இசையில் கரைந்த
விசிறி வால்ப் பறவை
அவன் சொற்களை
அலகில் சுமந்து
வாசனைத் தடம் பிடித்துச் செல்கிறது
மென்பூவின் செவ்வாசல் தேடி.

பாடகனைத் தேடித் தூது வரும்
தன் இணைப்பறவையைப்
பாதி வழியில் கண்ணுற்று
எதிர்பாரா மகிழ்ச்சியில் கீச்சிடுகிறது
அந்தரத்தின் அமைதி நடுங்கும்
அபஸ்வரக் குரலில்.

அதன் அலகில் இருந்து சிதறிய சொற்கள்
காற்றில் மெல்ல மிதந்து வந்து
தாக மலர்க் கிண்ணங்களில் விழுந்து இசை நிரப்ப
அன்பின் சாரமாய் அக்கணம்
வனமெங்கும் வழிகிறது
நிறை நிலவின் ஒளி அமுதம்.
*

# கனலும் இதயம்

இதயத்தில் இருந்து
விரல்களின் வழியாக திரைச்சீலையில்
இறங்குகின்றன நிறங்கள்.

வானம் கடல் மலை
வானவில் மலர்கள் என
நொடியில் பிறக்கின்றன
புதிய உலகங்கள் வெண்திரையில்.

குறுக்கும் நெடுக்குமாக வளைந்து நெளிந்து
மேலிருந்து கீழாக
கீழிருந்து மேலாக
ஓடுகின்றன கோடுகள்.

அதில் காடுகள் மரங்கள்
விலங்குகள் பறவைகள்
மனிதர்கள் என படைக்கப்படுகின்றன
பிரம்மனைத் தாண்டிய ஒரு புதிய உலகம்.

மனதிற்குள் ஏழோ எழுபதோ ஏழாயிரமோ
எத்தனை உலகங்களோ
ஓர் ஓவியனுக்கு சிற்பிக்கு படைப்பாளிக்கு.

கடவுளே அறியாத வினோத உருவங்கள்
அதிசய அழகுகள்
அவன் கற்பனையில்.

இசையை நிறங்களாக்கும்
வித்தைக்காரன் அவன்.

அழிபவற்றுக்கு
அழியா வரம் தரும்
கருணை மிகுந்த அதிகப்பிரசங்கி.

எரியும் பிரச்சனையை
ஏங்கும் இதயத்தை
பூமியின் தாகத்தை
வாழ்வின் கூக்குரலை
தவிக்கும் மானுடத்தை
கோடு போட்டுக் காட்டுகிறான் அன்றாடம்.

தீயாய்க் கனலும்
அவனது இதயத்தின் துடிப்பில்தான் அவன்
அக்கறை கொள்வதில்லை.
உலகும் அதைக்
கண்டுகொள்வதில்லை.
*
(சிற்பி ஜெயராமன் அவர்களுக்கு...)

## மதிப்பு

திக்குத் தெரியாமல்
தடுமாறி நின்றேன்
திருவிழாவில் தொலைந்த குழந்தையாய்.

ஆதரவுக் கரம் கொடுத்து
அழைத்து வந்தாய்.

உன் அன்பின் முன்
மண்டியிட்டுத்தான் கிடக்கவேண்டும்
மறுபேச்சில்லாமல்.

புத்திக்குத் தெரிந்தது
மனசுக்குத் தெரியவில்லையே.

என்ன செய்வதெனப் புரியாமல்
கை பிசைந்து நிற்கிறேன் வாழ்வின்
இந்தத் திருப்பத்தில்.

பற்றியிருக்கும்
அன்பின் கரத்தை உதறுவது
ரத்தம் கசியத்தான் வைக்கிறது.
என்ன செய்ய?

நிழல் கொடுத்த மரத்திற்கு
நிழலேதான் தரவேண்டுமா?
நீர் ஊற்றுவேன்
நிச்சயமாய்.

பதில் சொல்ல இயலாப் பரிதவிப்பில்
மனம் உறைந்து உதடுகள் வறண்டு
நாவும் கூட ஒட்டி உலர்ந்த சருகாகிவிட்டது.

ஈரமாய் ஒரு சொல்லும் பூக்கவில்லை
இக் கணம்.

போய் வருகிறேன் என்று சொல்லவும் இயலாதபடி
கண் நிறைந்து தளும்புகிறது.

உன் இதம் படிந்த மனதை
வேறொன்றால் நிரப்ப இயலாதென அறிவேன்.
ஆனாலும் புறப்படத்தான் வேண்டும்.

ரசம் விரசமாவது
சிறு பிசகில்தான் அல்லவா?
அது பிசகிவிட்டது
இனி சுவை கூடாது
சுருதி சேராது.

தவறாக ஏதும் எண்ணவில்லை
படியிறங்கி வந்து
தரையில் நிற்கும் உன்னை
எப்போதும் படியில் வைத்தே
பார்க்க விரும்புகிறேன்.

வருகிறேன்
கண்ணீர் முட்டி உடையும் முன்
விடைபெறுகிறேன்.

காலடியில் குறுகுறுவென ஊர்ந்து
புறப்படச் சொல்கிறது
உன் மேல் நான் வைத்திருக்கும்
மதிப்பு.
*

## பொம்மைக் கல்யாணம்

மறந்துவிட்டதா தோழி
பூவரசம் பீப்பீ ஊதி
உனக்கும் எனக்கும்
நடந்த திருமணம்?

நம் இரு வீடுகளுக்கும்
அது தெரிந்து
இருவரும் அடி வாங்கியது
நினைவில்லையா உனக்கு?

மறக்கவில்லை
பட்டம் விட்டுக்கொண்டிருந்த
நூலை அறுத்து
உனக்கு நான்
தாலி கட்டிய அந்நாளை.

அந்தத் திருமணம்
நடந்ததைப் பார்த்து
கல் எடுத்து உன் தம்பி
என் மேல் எறிந்ததை
அவனும் மறக்கவில்லை என்பது
சமீபத்தில் என்னைப் பார்த்து
அவன் பேசாமல் போனதில்
புரிந்துகொண்டேன்.

உன் திருமணம்
நிச்சயிக்கப்பட்ட நாளில்
இவை எதுவும்
நினைவுக்கு வரவில்லையா
உனக்கு?

இன்று உன் திருமணம் நடைபெறும்
இந்த சுபயோக சுபதினத்தில்
நிஜ நாதஸ்வரம் ஊதும்
ஓசை கேட்பதை
தூரத்தில் இருந்து கேட்கிறேன்.

அன்று நாம் ஊதிய
பூவரசம் பீப்பீயின் இலையை
ஒரு புத்தகத்தில்
பாடம் செய்து வைத்திருந்தேன்.

அதைத் தேடி எடுத்துப்
பார்த்தேன் இன்று

உலர்ந்த
என் இதயம் போலிருந்தது அது.
\*
(நன்றி: 'குமுதம்' - 31.5.2017)

# இது இன்னொரு மழைக்காலம்

1.
தேன் துளி ஆகிறது
மழைத்துளி
உன் குடையில் பட்டதும்

ஆடையில் தெறித்து அமுதாகிறது

உன் மேனி தீண்டிக் கள்வாசம் கொள்கிறது

கரைபுரண்டு
ஓடுகிறது என் உயிர்
உன் பாதங்களை முத்தமிட்டபடி.

அன்பே இது இன்னொரு மழைக்காலம்.
*
2.
விண்ணுக்கும் மண்ணுக்கும்
நீண்ட ஆச்சரிய குறிகளை
வரைந்துகொண்டிருக்கிறது வானம்
மழைத் தாரைகளாக.

என் குறுஞ்செய்திகளுக்கு
பதிலாக இல்லாமல் நீயாகவே
நலம் விசாரித்து இருந்தாய்
இந்தக் கார்கால அதிகாலையில்.

தொண்டையிலிருந்து
வயிற்றுக்கு இறங்கும்
சூடான தேநீரைப் போல
தூரத்தில் இருக்கும் உன்னையும்
உணர வைக்கிறது அது இதயத்தில்.

சொற்களின் விரல்களால்
தீண்டிக்கொள்கிறோம் இதமாக.

குளிர் விலகுகிறது
பனி விலகி
இளம் வெயில் தலைகாட்டுகிறது.

தலை சிலுப்பி
சிறகுகள் கிளர்த்தி எழும்
கோழியைப் போல்
உற்சாகமாக எழுகிறேன்.

அன்பே இது இன்னொரு மழைக்காலம்.
*
3.
வானம் இருட்டிக்கொண்டு வருகிறது.

வானிலை அறிவிப்பில்
காற்றழுத்த தாழ்வு நிலை
மிகு காற்றழுத்த தாழ்வு மண்டலமாக மாறி
இடியுடன் கூடிய கனமழை
வரப்போவதை சற்றே வருத்தத்தோடு அறிவிக்கிறார்
எப்போதும் புன்முறுவலோடு
செய்தி வாசிக்கும் பெண்மணி.

தொலைக்காட்சியின்
விளம்பர இடைவேளைகளுக்கு நடுவே
இயல்பு வாழ்க்கை பாதிக்கப்படுவதை
அவசரக்குரல் கொண்டு கூறும்
களச் செய்தியாளரின் குரல்
நகரின் பதட்டத்தை
மேலும் அதிகமாக்குகிறது.

ஏற்கெனவே பெய்த மழையால்
தேங்கிய நீரைப் பார்த்து
இன்னும் அதிகமாகிறது அச்சம்.

என் இயல்பு வாழ்க்கையோ
நீ பிரிந்து சென்றதுமே பாதிக்கப்பட்டுவிட்டது.
அதை நான் எங்கு சென்று அறிவிக்க?
யாரிடம் முறையிட?

கன்னத்தில் சாரல் தெளித்து
விளையாட்டு காட்டும் இந்த மழையும்
நம் வீட்டு சாளரத்தில்
மழைக்கு ஒதுங்கிக் காதல் புரியும்
ஒரு ஜோடி மாடப் புறாக்களும்தான்
இப்போதைய என் ஆறுதல்.

அன்பே இது இன்னொரு மழைக்காலம்.
*

## வேர்த்திரள்

காடுகளின் ஊடே
சாலையொன்று அமைக்கப்பட்டபோது
யாரும் எதிர்க்கவில்லை.

மாறாக மகிழ்ந்தனர்
அதன் பின் மரங்களைக் காணவில்லை.

வெட்டப்பட்ட அடிமரங்கள்
கசாப்புக் கடைப் பலகையாகச்
சாட்சி சொல்லும் நெடுஞ்சாலைகள்
விரைவு வழியாய் இப்போது.

உறங்கிக்கொண்டே
பயணம் செல்லும்
சொகுசுப் பேருந்துகளில் தந்துகொண்டிருந்த
நெகிழித் தண்ணீர்ப் புட்டிகளையும்
நிறுத்திவிட்டார்கள்.

வந்தடையும் பெருநகரின் பெயரில்
பசுமைக் குறியிட்டிருக்கிறார்கள்
சுற்றுச்சூழல் பாதுகாக்கப்படும் பகுதியென.

ஏரி குளங்கள்தான்
காணாமல் போயிருந்தன.

எங்கும் தூய்மை
எதிலும் தூய்மை
மருந்துக்குமில்லை
தூசி புழுதி.

அதன் மண்ணுக்குள் பெருமூச்சு விடும்
வேர்த்திரள்கள் மீது
வானுயர் கோபுரமாய் வளர்ந்த
அடுக்குமாடிக் கட்டடங்களின்
மொட்டை மாடிகளில்
தொட்டிச் செடிகள்
வளர்க்கிறார்கள்
காடுகளைப் பார்த்தறியாத மழலையர்.

அவர்கள் பயிலும் நர்சரிகளில் ஒலிக்கிறது
ரெயின் ரெயின் கோ அவே
ரைம்.

வனமழித்த தலைமுறையின்
வரலாறு
ஓசோன் துளைகளின் ஊடே
தீப்பிடித்துக் கருகும் நெடியை
உணரும் புலன்கள்
அங்கு யாருக்குமில்லை.
*
- உலக ஓசோன் தினத்துக்காக...
(நன்றி: 'படைப்பு கல்வெட்டு')

பிருந்தா சாரதி

## கைகள் கட்டப்பட்ட கடவுள்

கைகள் கட்டப்பட்டு
கிழக்கிலிருந்து மேற்கே போய்
மறைகிறான் சூரியன்.

கைகள் கட்டப்பட்டு
வானத்திலிருந்து பூமியைப்
பரிதாபக் கண்களோடு பார்க்கிறான்
சந்திரன்.

கைகள் கட்டப்பட்டு
கிளைகளை அசைக்க முடியாது அசைத்து
காற்றைத் தூய்மை செய்து
பூத்துக் கொண்டிருக்கின்றன
மரங்கள்.

கைகள் கட்டப்பட்டு
சிந்தனை செய்த கவிதையை
எழுத முடியாது தீனமாக
முணகிக்கொண்டிருக்கிறேன் நான்.

"இந்த பூமியின் தானியங்களில் ஒன்றில்கூட
மதுவின் பெயரை
ஏன் எழுதவில்லை கடவுளே?"

கைகள் கட்டப்பட்டு
இக்கவிதையைக் கேட்டபடி
தனக்குப் படைக்கப்பட்ட
உணவை வெறித்துப் பார்த்துக்கொண்டிருக்கிறார்
கடவுள்.

*

- கேரளாவில் உணவுப்பொருள் திருடியதாகக் கொல்லப்பட்ட பழங்குடி இன இளைஞன் மதுவுக்கு...
(நன்றி: 'படைப்பு கல்வெட்டு', மார்ச், 2018.)

## உயிர்த் திசை

கடல் பயணிகளுக்கு
திசைக் குழப்பம் வருமாம்
வானில் மேகம் சூழ்ந்த
மழை நாட்களில்.

இரவை விடவும் பகல்
அச்சமூட்டும் நாட்கள் அவை
காந்தமுள் கண்டுபிடிக்கும் வரை.

இரவாவது பகலாவது
கிழக்காவது மேற்காவது
தாயின் கருவறையில் தொடங்கும்
நம் பயணங்களுக்கு
காந்த முள் எதற்கு?

நம் உயிர்த் திசையை
தன் உதிரத்தால் வரைகிறாள் அவள்.

அதனால்தான்
பிறந்ததும் கண்திறக்கும் முன்பே
பசியாறுமிடம் தெரிகிறது நமக்கு.

நீருக்கடியில்
ஒருமுறை கூட சுவாசிக்க இயலாத நாம்
அவள் கர்ப்பப் பையில்
மீனைப் போல் நீந்துகிறோம்.

அந்த நீச்சல் பயிற்சியால்தான்
பிறவிக் கடலையும்
பின் நீந்திக் கடக்கிறோம்.

அவள் இதயத் துடிப்புதான்
நம் திசைகாட்டி.

கருவறை தாண்டி வந்துவிட்டதாக
நாம்தான் நினைக்கிறோம்.
அப்படி நினைப்பதில்லை
அம்மாக்கள்.

நாம் உயிர்ப்பதற்கு
உடலின் கருப்பையில்
பத்து மாதம் வைத்திருக்கிறாள்.

பின் கண்ணுக்குத் தெரியாத
ஒரு கருப்பையில்
காலமெல்லாம் வைத்திருக்கிறாள்.

அவள் இறந்தபின்
உலகமே அவள் கருப்பையாகிறது.

அதில்தான் நாம் வாழ்கிறோம்.
*
- அன்னையர் தினத்துக்காக...
(படைப்பு - முகநூல் குழுமம்)

## காதல் பூதங்கள்

நீர்

ஒரு மழை நாளில் புன்கைத்துத் தொடங்கியது
இன்னொரு மழை நாளில்
கண்ணீரோடு முடிந்தது...
நம் காதல் கதையை நீரில்தான்
செதுக்க வேண்டும்.
*

நிலம்

நீ மலையிலிருந்து இறங்கிவந்தாய்
அருவி போல்

நான் பள்ளங்களில் இருந்து மேலெழுந்தேன்
மேகம் போல்

நம் காதலின் சந்திப்பு
நிலத்தே நிகழ்ந்தது
சமவெளிகளில் சந்தித்தோம்
பச்சை வயல்
இச்சை நமது.
*

### காற்று

விசும்பின் மீதேறிச்
சுற்றிச் சுற்றி வருவதெல்லாம்
உன் கருங்கூந்தல் சுருள்களில் சிக்கி
உன் செவிமடலில் கிசுகிசுக்க
உன் சேலைக்குள் படபடக்க...
ஆலாய்ப் பறந்தேன்
ஆசை காற்றோடு போச்சு
வாழ்வே வெறிச்சென ஆச்சு.

\*

### நெருப்பு

தீப்பொறி ஆனால் சீக்கிரம் உச்சம் என்பதாலா
போக்கிரிக் கொழுந்தாய்
எரிகிறாய் நெஞ்சுளே
நாளும் பற்றி எரிகிறேன்
நானுன் நினைவிலே
பற்றடி
படர்ந்து பற்றடி
பற்றட்டும் பற்று.

\*

### ஆகாயம்

வெளி உள் என எங்கும் பரவி நிற்கும்
ஒளி நீ இருள் நீ
இடையில்
விடிந்து முடிந்து தொடரும் பொழுதுகள்
என் காதல்.

\*

(நன்றி: 'குமுதம்' - 19.05.2021)

## ஒரு குழப்பமான நாள்

ஒரு நண்பனின் பிறந்த நாளும்
இன்னொரு நண்பனின் நினைவு நாளும்
ஒரே நாளில் வரும்போது
ஒரு புறம் பகலாகவும்
மறு புறம் இரவாகவும்
பொழுது விடிகிறது.

அன்று
இரண்டு பூங்கொத்துகள்
வாங்குகிறேன்.

ஒன்றை
பிறந்தநாள் நண்பனின் கைகளில்
மகிழ்ச்சியோடு அளிக்கிறேன்.
இன்னொன்றை
நினைவுநாள் நண்பனின்
புகைப்படத்தின் முன்
மௌனமாய் வைக்கிறேன்.

அன்று
இரு கவிதைகள் எழுதவேண்டி இருக்கிறது.
ஒன்றில் பூக்களையும்
மற்றொன்றில்
கண்ணீர்த் துளிகளையும்
கோர்த்து எழுதுகிறேன்.

அன்று முழுவதும்
நாவின் மேற்புறம் இனிப்பாகவும்
அடிப்பக்கம் கசப்பாகவும்
இருக்கிறது.

நட்பின் பாடல்
ஒரு காதில்
மகிழ்ச்சியோடும்
மறு காதில் துயரமாயும்
ஒலிக்கிறது.

பிறந்தநாள் காணும் நண்பனைக்
கட்டி அணைத்து வாழ்த்துகிறேன்

நினைவு நாள் நண்பனின்
நினைவுகளை அணைக்கிறேன்
அது கொழுந்துவிட்டு எரிந்து
என்னைச் சுடுகிறது.

வீடு திரும்பித் தனிமையில் இருக்கும்போது
என் இரு கண்களில்
ஒரு கண் அழவும்
மறுகண் புன்சிரிக்கவும்தானே வேண்டும்.

குழப்பத்தோடு உறங்கிப் போகிறேன்
என் உடலின் ஒரு பாதி கரைந்து போய்
மறுபாதி மட்டும்
கனவில் தெரியத்
திடுக்கிட்டு விழிக்கிறேன்.
*
(நன்றி: 'மகாகவி')

## இரவின் கருணை

பகல்களின் வெளிச்சம் உன்னைக்
கண்ணில் காட்டாமல் கண்ணாமூச்சி ஆட
இரவின் கருமைதான் கருணை காட்டுகிறது.

பார்வைக்குப் புலப்படா நேசங்களை
உணர்கிறேன் உன் தீண்டலில்.

உதிரத் தகிப்பில்
உருண்டோடுகிறது
யுகம் யுகமாய் மனதுள்
அடைந்திருந்த நேசம்.

நதிகளும் கடல்களுமாய்
மாறி மாறிச் சுழலும் சூறாவளி போல்
சுவாசங்களில்
கூடு தாண்டிக்கொண்டிருக்கிறோம்.

அடித்துப் பெய்யும் மழை
இடியும் மின்னலுமாய்
இரவை உறங்கவிடாது ஆக்குகிறது.

அருகே மாமரக் கிளையொன்று முறிந்து
வரும் பச்சை வாசனை
ஆதி இருளின் குகைக்குள்
அழைத்துச் செல்கிறது நம்மை.

உன் கூந்தலின் சாம்பிராணி மணம்
அதன் வேகத்தை மேலும் கூட்டுகிறது.

சில்வண்டின் ரீங்காரம் காலத்தை
மழைநீரில் கரைத்து
அழிக்க
மழையோ
நம்மை இரவோடு கரைக்கிறது.

உருகி ஓடுகின்றன உயிர்கள்
ஒன்றில் ஒன்று கலந்து.

இனிவரும் பகல்களும்
இவ்விரவின் நகல்களென நீடிக்கட்டும்.

குகைக்குள் வசிக்க
விரும்பினால் நுழையட்டும் வெளிச்சமும்.
\*
(நன்றி: குமுதம் - 25.03.2019)

## வெறுமையை நிரப்புதல்

நீ வராத வெறுமையை நிரப்பத்தான்
கவிதை எழுதிக்கொண்டிருக்கிறேன்.
*
வெறிச்சோடிக் கிடக்கிற
வெளியை
உன் நினைவுகளால்
நிரப்பத்தான் பார்க்கிறேன் ...
ஆனாலும்
பிரம்மாண்ட சோப்புக் குமிழியாய்
ஒரு வெறுமை திசையெங்கும்
அலைகழிகிறது.
*
வெறுமையை நானும்
என்னை வெறுமையும்
தின்பண்டம் போலத்
தின்றுகொண்டிருக்கிறோம்.
*
மதுவினால்
வெறுமையை நிரப்புதல்
பாலைவனத்தில் விழும் தூறல்.
*
பகலெல்லாம் காய்ந்த
பாலைவன வெறுமையை
நிலா வெளிச்சத்தால் நிரப்புகிறது இரவு.
*

ஒத்திசைந்து பறக்கின்றன
இணைப் பறவைகள் இரண்டு
வானம் நிரம்புகிறது.
*

முட்கள் முளைத்து புதர் நிரம்புகிறது
வெறுமை கொண்ட மனதில்.
*

உன் ஒரே ஒரு அணைப்பு நிரப்புகிறது
என் வெறுமையின் பாழ்வெளியை...
இமைகளில் கசியும்
ஒரு துளிக் கண்ணீரில் தளும்புகிறது
வானமும் பூமியும்.
*

வேகமாகக் கடந்தால்தான் என்ன
இந்தக் காலம்?
எத்தனைக் காலம்தான்
வெறுமையால் வெறுமையை
நிரப்பிக்கொண்டே இருக்கமுடியும்?
*

நினைவுகளில் வெறுமையைக்
கனவுகளால் நிரப்பிவிட்டேன்...
கனவுகளின் வெறுமையை
எதைக்கொண்டு நிரப்புவேன்?
*

(நன்றி: கவிதை உறவு - 47வது ஆண்டு மலர், 2019)

## விளக்கும் விட்டிலும்

"உன் ஒளிப் பசிதான்
உன் வாழ்க்கைக்கு முடிவுகட்டுகிறது.

தீயைத் தின்ன நினைக்கும்
உன் பேராசையே
உன் மரணம்."

அனுதாபத்தோடு பேசியது
விட்டில்பூச்சியிடம் விளக்கு.

"உண்மைதான்... ஆனால்
உன் மீதான நேசமே
என் வாழ்க்கை.

உன்னைத் தின்று தீர்க்கும்
என் காதலே என் உயிர்ப்பு.

உணர்ந்துகொள்...
தேடி வந்து
தீயை முத்தமிடும் என் தீரம்
மரணமல்ல... மாவீரம்.

மாவீரர்களுக்கு எங்காவது
மரணமுண்டா?"

விளக்கிடம்
பெருமிதத்தோடு கூறியது விட்டில்பூச்சி -

"எல்லோருக்கும் வெளிச்சத்தைத் கொடுக்கும் நான்
உனக்கு மட்டும்
சிதை நெருப்பாய் இருக்கிறேனே
அதுதான் என்னைச் சுடுகிறது
மன்னித்துவிடு...

வெளிச்சத்தைப் பார்க்கும் நீ
என் வெப்பத்தை அறிவதில்லை"

விளக்கின் குரலில்
கண்ணீரின் ஈரம் கலந்திருந்தது.

மேலும் சொன்னது:
"தீப நாக்கின்
ஒளி உச்சரிப்பாய் இருப்பதில்
பெருமைகொண்டிருந்தேன்.

நீங்களே உங்களை
உணவாகப் படைப்பதை
அறியும்போது
அறுத்துக்கொண்டுவிட
வேண்டும்போல் இருக்கிறது என் நாவை.

உண்மையில்
உங்கள் பலியால்
என் பசி அடங்குவதில்லை.
மேலும் அதை நான் ருசிப்பதுமில்லை
ரசிப்பதுமில்லை."

தன்னிலை விளக்கம் தந்தது விளக்கு.

‘‘நன்றி உன் கருணைக்கு
ஆனால் எங்கள்
உயிர்ப் பயணத்தின்
உச்சகட்ட அனுபவமே
தீ உண்ணும் திருவிழாதான்.

அந்தத் திருவிழாவில் காணாமல் போவதே
எங்கள் பிறவி லட்சியம்.’’

தற்கொலை செய்துகொள்ளும் விட்டில்களைத்
தடுக்கமுடியாமல்
அடுத்து வீசிய காற்றில்
தானே தற்கொலை செய்துகொண்டு
அணைகிறது விளக்கு
கொலைப் பாவத்தில் இருந்து தப்பிக்க.

மகிழ்ச்சியோடு செத்துக்கொண்டிருந்த விட்டில்கள்
வருத்தத்தோடு
காத்திருக்கத் தொடங்குகின்றன
மீண்டும் விளக்கேற்றும் நேரத்தை எதிர்பார்த்து.

பெருமூச்சு விடத் தொடங்கியது
அணைந்த திரி
விட்டில்களின் விதியை நினைத்து.

*

**(நன்றி: ‘அமுத சுரபி’ - திபாவளி மலர், 2017)**

## பொம்மலாட்டம்

பொம்மைகள் நாம்
கண்ணுக்குத் தெரியாத கயிறுகளால்
ஆட்டுவிக்கப்படுகின்றோம்.

மூக்கணாங்கயிறு போல்
மூளையில் கட்டப்படுகின்றன அவை.

செய்தித்தாள் தொலைக்காட்சி
சமூக ஊடகம் என
கடைவிரித்திருக்கார்கள்
எல்லா இடங்களிலிலும்.

நாம் எதைச் சிந்திக்க வேண்டும்
எது குறித்துப் பேசவேண்டும்
எதை ஆதரிக்க வேண்டும்
எதை எதிர்க்க வேண்டும்
சொல்லித்தரும் அக்கயிறுகள்.

யாரோ
இயக்கும் இந்நாடகத்தில்
ஆட்டு மந்தைகளாய்
எல்லோருமே ஓடத்தான் வேண்டும்.

விலகிச் செல்கையில்
சுண்டி இழுத்து மீண்டும்
தன் பாதையில் சேர்க்கும்.

இயக்கும் கைகளுக்குத் தெரியும்
அத்துமீறும் பாத்திரங்களின் வேகம்.

லாவகமாக விட்டுப் பிடிக்கும்
மேடை சுதந்திரமானது எனக்காட்ட.

கைதட்டி ரசிப்பவர்களும்
அக்கயிற்றால்
இயக்கப்படும் பாத்திரங்களே.

விமர்சிக்கும் பொம்மைகளும்
கண்காணிக்கப்படுகின்றன.

கைமீறும் பொம்மைகள்
திரைக்குப் பின்
அழைத்துச்செல்லப்படுகின்றன.

கைகால் உடைந்த பொம்மைகளாகவோ
தலை உடைந்த பொம்மைகளாகவோ
கிடைக்கலாம் அவை
நாளைய குப்பைத் தொட்டிகளில்.
*

## மே தினம் கொண்டாடாதவர்கள்

அதிகாலை ஐந்து மணிக்கு
அலாரம் வைக்காமலே எழுந்து
வீடு பெருக்கி
நீர் தெளித்துக் கோலமிட்டு
பாத்திரம் விளக்கி
வீட்டில் அனைவருக்கும்
காபி போட்டுக் கொடுத்து
காலை உணவைத் தயாரித்து
மீண்டும் பாத்திரம் விளக்கி
கல்லூரிக்குச் செல்லும் மகளுக்கும்
பள்ளிக்குச் செல்லும் மகனுக்கும்
டிபன் பாக்ஸ் கட்டி
மறக்காமல் கொடுத்துனுப்பி
எல்லோரும் புறப்பட்டதும்
வியர்வை வழிய
மின்விசிறியின் கீழ் அமரும்போது
ஞாபகம் வரும்
துணி ஊற வைக்கலாமே என்று.

துணியை ஊற வைத்துவிட்டு
மதிய உணவுக்கு
வீட்டுக்கு வரும் கணவனுக்காக
கூட்டு பொரியல் குழம்பு எனும்
வகை குறையாமல் உணவு தயாரித்துக்
காய்கறி வாங்கக் கடைக்குச் சென்று
திரும்பி வரும்போது

அடிவயிற்று வலிக்கு
மருந்து வாங்கலாம் என்று நினைப்பாள்.

மருந்துக் கடை கொஞ்சம் தூரம்...
பிறகு பார்க்கலாம் என்று திரும்புவாள்
மீதிக் காசை எண்ணியபடியே.

ஊறவைத்த துணி அவளைப் பார்க்கும்
காய்கறி நறுக்க அரிவாள்மனை அழைக்கும்.

நேரத்துக்கு சமைக்கலேனா
கணவன் கத்துவானே...
மதிய உணவு முடித்து
கணவன் வந்ததும் பரிமாறிச் சேவகம் செய்து
அவன் சென்றதும்
சற்று அயரலாம் போலிருக்கும்.
துணிகளோ துவைக்காமல் விட்டால்
நாறும் என்று
தனக்குள்ளேயே கூறிக்கொண்டு
வெடித்த பாதங்களோடு
தண்ணீர்க் குழாய் போவாள்.

மூட்டுவலி இப்போதெல்லாம்
முதுகு வலி நோக்கி முன்னேறுகிறது
மருத்துவரைப் பார்க்க வேண்டும் என
நினைக்கவும் மறந்துவிடுகிறது
அவளுக்கு.

கல்லூரி சென்ற மகளும்
பள்ளியிலிருந்து மகனும் திரும்புவார்கள்.

அவர்களுக்கான நொறுக்குத் தீனி
காபி தயாரித்து வைத்து
அவர்களோடு அமர்ந்து அவளும்
பழைய பாடங்களை
மீண்டும் நினைவுபடுத்திக்கொள்வாள்.

வயதுக்கு வந்ததும்
பள்ளிக்கூடம் போவதைத்
தன் வீட்டில் நிறுத்தியது
ஞாபகம் வந்து கண்கள் கசியும்.

முகம் துடைப்பதுபோல்
கண்ணீரைத் துடைத்துப்
பாடப் புத்தகம் புரட்டி
என்ன படிக்கலாம் என்பாள்.

'ஆமா... நீ சொல்லிக்கொடுத்துட்டாலும்... '
எனும் கிண்டலுக்கு
அவளும் சிரிக்கத்தானே வேண்டும்...
சிரிப்பாள்.

'போய் நைட் டிஃபன் வேலைய பாரு...
இன்னைக்கும் இட்லி தோசை
இல்லாமல் வேற ஏதாவது பண்ணு...'

'இடியாப்பம் தேங்காய்ப்பால் ஓகேவா...'
என்று அவளே அடி எடுத்துக் கொடுப்பாள்

மாவு பிசைந்து இடியாப்பம் பிழிகையில்
தேங்காய் பால் அரைக்கப் போகும்போதுதான்
அரை மூடித் தேங்காய்தானே
இருக்கிறது என்ற நினைவு வரும்...

பையன் படிக்க வேண்டும்
நாளை டெஸ்ட் இருக்கிறது.

வயதுக்கு வந்த பெண்ணை
இந்த நேரத்தில் வெளியே அனுப்ப முடியாது.

அவளே மீண்டும் கடைக்குப் போவாள்
தேங்காய் கேட்டு சில்லறையை
எண்ணிப்பார்த்து
அரை மூடி போதும் என்பாள்.

கணவன் வருவான்
பின்னிரவு உணவு முடிந்ததும்
அவன் கால் அமுக்கிவிடுவாள்.
உறக்கம் வராவிட்டால்
அவன் உறக்கத்திற்கு தேவையானவற்றையும்
பாயில் பரிமாற வேண்டும்.

பிள்ளைகள் வளரும் திருமணமாகும்
பேரன் பேத்தி பீத்துணி அலசுவாள்

அவர்கள்
பள்ளிக்குப் போகப் பெருமை பிடிபடாது
அவர்களுக்கு ஆயா ஆவாள்.

அதே ஐந்து மணிக்கு நாள் துவங்கி
பின்னிரவில் முடிகிறது தினமும்.
முன்பு போல்
உடல் சொன்னபடி கேட்பதில்லை.
அதை யாருக்கும் சொல்லாமல்
சமாளிக்கிறாள்.

மே தினக் கொண்டாட்டம் எல்லாம்
அவளுக்கு இல்லை
இன்றும் அவளது இந்த வாடிக்கையான
வேலைகளுக்கு ஒழிவில்லை.
*
(நன்றி: 'கவிதை உறவு')

## பெயரில் என்ன இல்லை?

எளிதாகச் சொல்கிறீர்கள்
பெயரில் என்ன இருக்கிறது
என்று.

பெயரில் என்ன இல்லை?

ஒரு நபர் ஆணா பெண்ணா
என்பது இருக்கிறது
அவர் இந்துவா முகமதியரா
கிறித்தவரா என்பது இருக்கிறது.

தமிழரா தெலுங்கரா
கன்னடரா சீக்கியரா என்பது இருக்கிறது.

பிராமணரா வைசியரா
சத்ரியரா சூத்திரரா என்பது இருக்கிறது
கொஞ்சம் உற்று நோக்கினால்
அதன் உட்பிரிவும் இருக்கிறது.

அடையாள அட்டை இன்றியே
அவரைப் பற்றிய ஏராளமான விவரங்களை
அது உளறிவிடுகிறது.

ஆம்... பெயரில்
அவர் ஜாதகமே இருக்கிறது
இறந்த காலம் நிகழ்காலம் எதிர்காலம்
என அவரது மூன்று காலங்களையும்
அதுவே தீர்மானிக்கிறது.

ஆனால்
ஒரு ரோஜா என்பது
ஒரு ரோஜா என்பது
ஒரு ரோஜாதான் என்று
அழுத்தமாக
அலங்காரமாக
நளினமாக
நாகரிகமாக
ஒயிலாகக்
கவித்துமாகச்
சொல்கிறீர்கள் சபைகளில்.

அது அப்படியில்லை என்பதை
நீங்களும் அறிவீர்கள்.

ஒரு ரோஜா
சிவப்பா மஞ்சளா வெள்ளையா
என்று நிறத்திற்குத் தகுந்தாற் போல
வகை பிரிக்கப்படுகிறது.

சிறியதா பெரியதா என்று
அளவிற்குத் தகுந்தாற் போல
விலை வைக்கப்படுகிறது.

மலையில் பூத்ததா
மண்ணில் பூத்ததா என்று அறிந்து
பிறப்பிடத்திற்கு ஏற்றவாறு
மதிப்பிடுகிறது.

இறுதியாக அதன் விதி
யாராலோ எழுதப்படுகிறது.

பெயரில் என்ன இருக்கிறது
என்பவர்களுக்குச் சொல்கிறேன்
பெயரில் எல்லாமும் இருக்கிறது
முக்கியமாக உயிர் இருக்கிறது.
*

(நன்றி: 'நிலவெளி' - பிப்ரவரி, 2020)

## உலோக இதயம்

கூண்டில் அடைபட்ட விலங்காக
சுருண்டுகிடக்கிறது
என் இதயம்.

வலியிலும் வன்மம் ஏதுமின்றி
உன் வாசல் நோக்கியே
காத்திருக்கும் அதன்
பரிதாபக் கண்களைப் பார்...

பூர்வ ஜென்ம வாசனையோ
புதுமை கண்ட மயக்கமோ வேறெதையும் நாடாது
உன்னிடமிருந்து கவர்ந்து வந்த
சில சொற்களையே
முகர்ந்து கொண்டிருக்கிறது அது.

உன் மன ஆழத்தில் மலர்ந்து
மார்பைக் கடந்து
தொண்டைக் குழி தாண்டி
உன் நாவின் ஈரத்திலும்
இதழின் வாசனையிலும் படர்ந்து
என் செவிகளில் மட்டும்
ரகசியமாய் ஊடுருவிய
எனக்கே எனக்கான
அமிர்தமன்றோ அது?

நினைத்து நினைத்து
கண் கசிய வெறிக்கிறது
பாழ்வெளியை அவ்வப்போது.

பிருந்தா சாரதி | 155

கடினமான உலோகமென
உன்னை இறுக்கிவைக்கிறாய்.

கொதிக்கும் என் காதலின் வெப்பத்தில்
அது உருகிவிடாதிருக்கவே
விலகியிருக்கிறாய் போலும்
என்னிடமிருந்து.

கரைந்துவிடாதா உன் கண்ணீரிலேயே அது
எனும் காத்திருப்பில் கரைகிறதென்
உடலின் காலம்.

தீ உறைந்த எரிமலையாய்
தவிக்கும் என் காதலின் விடை
உன் கண்ணீரின் ஈரம்தான் கண்ணே.

அதை என் மரணத்திற்கல்ல
வாழ்விற்குக் கேட்கிறேன்.

கடவுளின் சமிக்ஞையின்றியா
நிகழ்ந்திருக்கும் நம் உறவு?
அதை நீ மறுப்பதேன்?

தவறாது நீ செய்யும் வழிபாட்டின் ஊடே
தோன்றவில்லையா
இது குறித்து?
*
(நன்றி: 'இனிய உதயம்')

## பரம்பரை வீடு

நீண்டகாலமாய் பூட்டிக் கிடந்த
பரம்பரை வீட்டின்
கதவு திறக்க
காற்றின் தொடுதலில் உயிர்பெறுகிறது
கூடத்து ஊஞ்சல்.

அறைக்குள் நுழையும் வெளிச்சம்
அதில் அமர்ந்து ஊஞ்சாலாட
அந்நிழலில் பூத்துப் பூத்து உதிர்கிறது
நான்கு தலைமுறை வாழ்க்கை
பாவாடைச் சிறுமியாக
தாவணிக் குமரியாக
நிறைசூலி மாதாக
தலை நரைத்த பாட்டியாக.

அவற்றைச் சுவரோவியமாய்
ஒட்டி ஒட்டி
இடமாற்றி இடமாற்றி
விளையாடிக்கொண்டிருக்கிறது
இருளில் உறைந்து போயிருந்த
ஒரு பாரம்பரியத்தின் தனிமை.

இவை எதையும் கவனிக்கவில்லை
வக்கீல் துணையோடு
அதை விற்க வந்த
அதன் இந்நாள் எச்சங்கள்.
*
(நன்றி: 'படைப்பு கல்வெட்டு')

## தூத்துக்குடி

பொம்மைத் துப்பாக்கியால்
சுட்டு விளையாடுகின்றன
குழந்தைகள்.

சிறுவன் ஒருவன்
செத்தது போல் சரிந்து விழுகிறான்

உண்மையாகவே
மூர்ச்சையுற்று விழுகிறாள்
குண்டடிபட்டு இறந்தவன் மனைவி.
*

## கடலினும் பெரிது

எளிதாய்க்
கடந்து செல்கிறோம்
ஒரு கண்ணீர்த் துளியை.

கடலில் இருப்பதை விட
அதிகமான உப்பு
ஒரு துளிக் கண்ணீருக்குள் இருக்கிறது
எனும் உண்மையை உணராமல்.
*

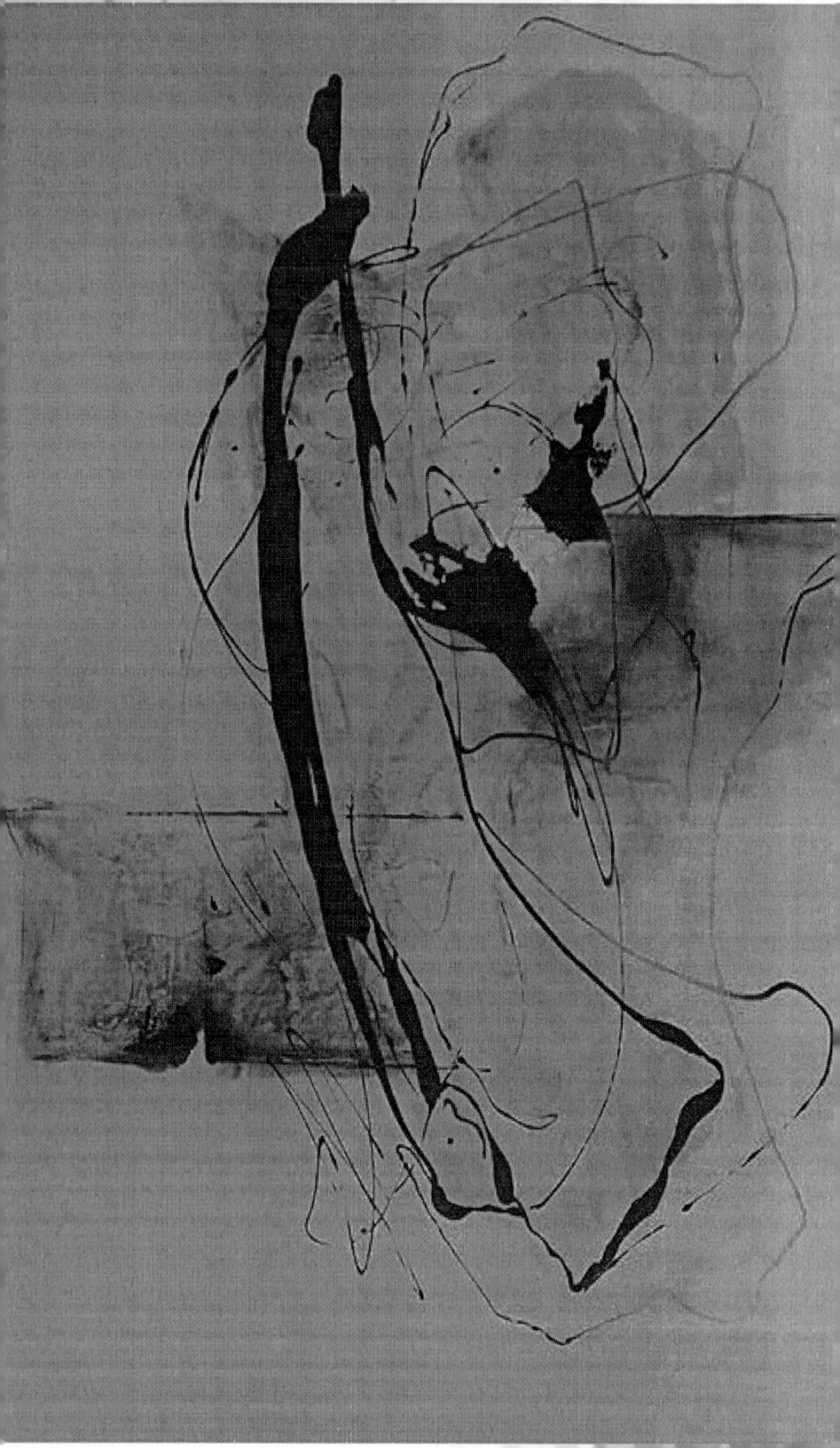

# திரை

புதிதாய் முளைத்த சிறகுகளோடு
கிறீச்சிட்டுப் பறந்து செல்கிறது
ஒரு செம்மீன்
கானகத்தின் உச்சியில்.

இளம் பச்சை வானத்தைக் கிழித்து வெளிவருகிறது
வானுலகப் பறவை ஒன்று
செஞ்சுடர் ஒளிரும்
மென்னுடலோடு.

கண்ணாடிப் பூமரங்கள்
ஏன் வழியவிடுகின்றன
ஒளித் தாரைகளை?

மஞ்சள் பூனை ஒன்று குத்துக்காலிட்டு
அமர்ந்து இசை கேட்கிறது
தானாக மீட்டிக் கொள்ளும்
வீணை முன் அமர்ந்து.

கோவில் தூணில் இருந்து
உயிர் பெற்று எழும் யாளி
புவியதிர நடந்து சென்று
தன் காதலை ஏற்கவேண்டி மன்றாடுகிறது
பட்டாம் பூச்சி ஒன்றிடம்.

வெயிலில் தன் நிழல்
நிறம் மாறிக்கொண்டே இருப்பதை ரசிக்கும்

பிருந்தா சாரதி | 161

ஒரு வெண் மயில் உறிஞ்சுகிறது
நிலத்தில் படரும் வண்ணங்களை.

சுற்றுப் புறமெங்கும்
வானவில் கொடிகள் துளிர்விட
அவற்றில் ஒன்றின் மீதேறி அமர்ந்து
திரும்பித்திரும்பிப் பார்க்கும்
அதன் விழிகள்
பின் திகைத்து நிலைக்கிறது
திசை தொலைந்ததொரு திசையில்.

அங்கு
கடல் நடுவே மொட்டவிழ்கிறது
ஒரு கல் பூ.

அதிலிருந்து புறப்படும் நறுமணம்
காற்றில் வரைகிறது
நொடிதோறும் உருமாறும்
புகை ஓவியமாக எழில் முகம் ஒன்றை.

ஆள் யாருமற்ற புவியில்
யுகாந்திரமாகக் காத்திருந்த
உடலற்ற இரண்டு கண்கள்
பனிபோல் உருகிப் பின்
புகையாய்க் கரைந்து
உருமாறிக்கொண்டிருக்கும்
அம்முகில் முகத்தோடு
ஒன்றிணைய
மறைகிறது திரை.

*

## ஏர் ஆயுதம்

எந்த விதை விதைத்தாலும்
கண்ணீரை மட்டுமே
அறுவடை செய்வது விவசாயியின்
சாபம் போலும்.

'பேஞ்சு கெடுக்கும் இல்லையென்றால்
காஞ்சு கெடுக்கும் வானம்'

காலம் காலமாக
இந்தக் கொடுமைதானே
நம் விவசாயத்தின் வரலாறு.

வானம் பார்த்து வாழ்வதுதானே
மண்ணைக் காப்பவனின்
பரிதாப நிலை?

மண்ணைக் கீறியதை விட கலப்பை
விவசாயியின் நெஞ்சைக்
கீறியதுதானே அதிகம்.

தன் விதையை அவன்
தன் நிலத்தில் இருந்தே
எடுத்த கதை எல்லாம்
எப்போதோ புதைந்துவிட்டது
அவன் பாடுபட்ட மண்ணில்.

இப்போது அது கார்ப்பரேட்டுகளின் கரங்களில்.

விதையை வாங்கவும்
விளைந்ததை விற்கவும்
கார்ப்பரேட்டுகளின் கருணைக்கு
கையேந்த வேண்டும்.

பிருந்தா சாரதி

மண்ணின் கருப்பையை
மலடாக்கும்
இராசயன உரம்
நம் கைகளைத் திருவோடாக்குவதை
கதறிக் கதறிக் கரைகின்றன
பதரைத் தின்று வாழும் பறவைகள்.

கால்நடைக்கும்
உணவு தரும் விவசாயம்
கார்ப்பரேட் கைகளுக்குப் போனால்
இரைப்பைகளை
அடகு பிடிக்கும் வியாபாரம் ஆகிவிடும் என
வாயும் வயிறும் அறிவது
சில மூளைகளுகளுக்கு மட்டும்
ஏனோ எட்டுவதில்லை.

விவசாயத்தை தொழிற்சாலை
ஆக்கிவிடும்
மூளை கொண்ட அந்தக் கனத்தத் தலைகளுக்கு
மண்ணைத் தெரியுமா
மக்களைத் தெரியுமா?

அதிகாரம் பிடிவாதம்
அடக்குமுறை ஆயுதம்
எதுவானாலும் எவரானாலும்
பசியோடு வரும்போது
உணவு கொடுப்பது யாருடைய கரம்?

வானத்துப் பறவைக்கு
விதைக்காமல் உணவு கிடைக்கலாம்...
மனிதனுக்கு?

யோசித்தால் பறிப்பார்களா
கலப்பைகளை?

யோசிக்காமல் அறுப்பார்களா
காமதேனுவின்
மடிப் பைகளை?

விவசாயியிடம்
விதைப்பதற்கு விதை இல்லை
உழுவதற்கு மாடு இல்லை
அறுப்பதற்கு அரிவாள் இல்லை
ஆனால்
உழைப்பதற்கு உடல் இருக்கிறது

அதனால் அவன் அதையே ஆயுதமாக்கினான்
அதையே இந்த மண்ணில் விதைத்தான்.

ஏர்க் கலையையே
தன் போர்க்கலை ஆக்கினான்.

ஆனால்
பயிரைக் காக்கத் தெரிந்த அவனுக்குத் தன்
உயிரைக் காக்கத்தான் தெரியவில்லை.

பருவங்கள் வந்து போயின
இலைகள் சருகாகி உதிர்ந்து விழுந்தன.

பனியிலும் குளிரிலும்
மழையிலும் வெயிலிலும்
பாதைகளில் செத்து மடிந்தான்
பச்சைக் கொடி ஏந்தி வந்து
பசியின் மொழியில் போராடியவன்.

பிருந்தா சாரதி

வீட்டைவிட்டு வந்தவனை
அவன் மனைவி மக்கள்
எதிர்பார்த்து இருந்திருக்கலாம்.
ஆனால் அவன் உடலும்
அங்கு திரும்பப் போகவில்லை.

நீண்ட பெருமூச்சுகள்
நிம்மதிப் பெருமூச்சாவது எப்போது?

நாட்கள் நீண்டு
மாதங்கள் வளர்ந்து
ஆண்டும் தாண்டியது.
கோடையும் வாடையும்
கருணையின்றிக் கடந்தன.

அவன் போராடுவது தனக்காக அல்ல
உலகுக்காக என்பது உரியவர்களுக்கு
எப்போது எட்டியது?

இப்போது எட்டுவது?
*
(தலைநகரில் போராடிய விவசாயிகளுக்கு...)

## மாமழை

சூரியனையும் நனைத்துவிட்டது
இந்த மழை.

ஓர் ஈரச் சூரியன் உதயமாகிறது
கிழக்கில்.

தண்ணீரில் மிதக்கிறது
நாடு நகரம் எல்லாம்.

உயிரின் ஒவ்வொரு துளியும்
ஒளியின் இதமான சூட்டைத் தேடுகிறது.

பறவைகள் சிறகுகள் கிளர்த்தி
விடியலின் திசையை
ஏக்கமாக பார்க்கின்றன.

மாடிப்படியின் கீழ்
மழைக்கு ஒதுங்கிய
தெரு நாய் ஒன்று
தேங்கிக்கிடக்கும் தண்ணீரை
வெறித்துப் பார்த்துக்கொண்டிருக்கிறது.

மழை தொடர்வதை அறிவிக்கிறது
தண்ணீரில்
நனைந்து வந்த தினசரி.

கொஞ்சம் அதிகமாகவே
கொட்டித் தீர்க்கின்றன மேகங்கள்.

பிருந்தா சாரதி

நூறு ஆண்டுகளில் சிலமுறைதான்
இந்த அளவிலான மழை பெய்திருக்கிறதாம்
வானிலை நிபுணர் வரலாறு சொல்கிறார்.

அடுத்தடுத்து வரும் புயல் சின்னங்கள்
கேள்விக்குறி ஆக்குகின்றன
எமது அன்றாடங்களை.

பயிர்கள் தண்ணீர் மூழ்கி
தங்கள் வாழ்க்கையை மூழ்கடித்துவிட்டதை
விவசாயிகளும் கண்ணீரோடு பகிர்கிறார்கள்.

சென்னை முதல் கன்யாகுமரி வரையிலான
வெள்ளப் பெருக்கை
தொலைக்காட்சிகள் படமெடுத்து
ஒளிபரப்புகின்றன.

மாமழை போற்றுதும் என்று
வாழ்த்துகிறோம்
உன்னை.

வான் சிறப்பு என வணங்குவதும்
நீ வாழவைப்பதால்தானே.

மழையே மாமழையே
பேய் மழை எனப்
பெயர் எடுக்கலாமா நீ?
*

## கூழாங்கல்

நேற்று எந்த மலையின் குன்றாய் இருந்ததோ
நாளை எந்த ஆற்றில் மணலாய்க் கிடக்குமோ
இன்று என் கையில் இருக்கும் கூழாங்கல்.
*

## இன்னும் ஆழமாய்...

இன்னும் ஆழமாய்க்
குழி தோண்டிப் புதை
அப்போதுதான்
நீண்ட வேர் விட்டு எழுந்து
நிலைத்து நிற்க முடியும்
என்னால்.
*

## என் தாகமே தணிந்துவிடாதே

என் தாகமே தணிந்துவிடாதே
என் வேகமே ஓய்ந்துவிடாதே

பசியைத் தீர்ப்பதில் அல்ல
பசியில் எரிகிறது என் தீ

தாகத்தைத் தணிப்பதில் அல்ல
தாகத்தில் சுடர்விடுகிறது எனது உயிர்.

சிகரங்களில் சுவடு பதிக்கப் புறப்பட்டது
நமது பயணம்
நிழல் மரங்களின் கீழே
நின்று இளைப்பாற நேரமில்லை.

பிரபஞ்ச ரகசியம் திறக்கும்
உன்னதச் சொல் ஒன்று
நம்முடைய தேடல்
அது வெற்றுப் புலம்பலுக்கல்ல.

வெயில் மழை
இரவு பகல் எல்லாம்
நம் பயணக் கதையின் பக்கங்கள்தான்
வேகத்தடைகள் அல்ல.

பிருந்தா சாரதி

வழியில்
சிறகுகள் கிடைத்தால் சிறப்பு
காயம் தவிர்க்கும் காலணிகள்
பரவாயில்லை...
நிழற் குடைகள் கூடவே கூடாது

பயணத்தின் தொலைவு பெரிது
வழங்கப்பட்ட காலமோ
வரையறுக்கப்பட்டது

அதனால்தான் சொல்கிறேன்
வழியில் யார் வழிமறித்தாலும்
எதிரில் எது கண்சிமிட்டி அழைத்தாலும்
என் தாகமே தணிந்துவிடாதே
என் வேகமே ஓய்ந்துவிடாதே
*

# புயலில் சாய்ந்த காடு

(கஜா புயல் கவிதைகள்)

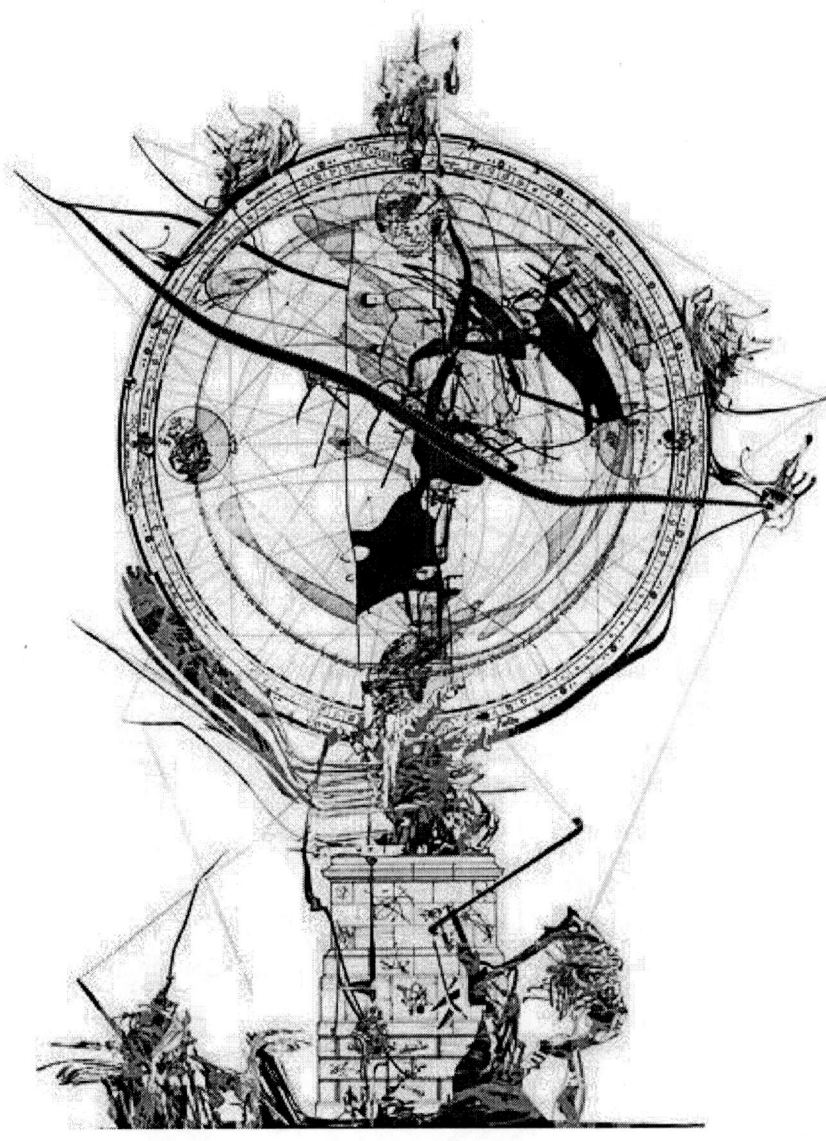

## 1. கஜா எழுதிய விதி

ஒரு நீர்க்குமிழியை உடைப்பதைப் போல
நிமிடத்தில் எங்கள் வாழ்வை
இருந்த இடம் தெரியாமல்
நொறுக்கிப்போட்டுவிட்டது கஜா.

நீண்ட காலமாய்ப் பாடுபட்டு
உருவாக்கிக் காத்துவைத்திருந்த
எல்லாவற்றையும்
மண்ணோடு மண்ணாகப் புதைத்துவிட்டது.

இதை மீண்டும்
எங்கள் வாழ்நாளில் உருவாக்க இயலாது.

இந்த மரங்கள் மீண்டும் வளர
நிலத்தைச் சீர் செய்ய வேண்டும்.
நிலத்தைச் சீர்செய்ய
எங்களுக்கு உடல் வலு வேண்டும்.
அதற்கு முதலில்
எங்கள் உடைந்த இதயத்தையும்
ஒடிந்த தேகத்தையும் ஒட்ட வேண்டும்.
மருத்துவம் பார்க்க வசதி வேண்டும்.
மருந்துக்கு முன்னும்
மருந்துக்குப் பின்னும் உணவு வேண்டும்.
இறந்து போன துணைகளின் உதவி வேண்டும்.
கூடவே உழைக்க எங்கள்
வளர்ப்பு மிருகங்கள் மறுபடி வேண்டும்.

ஆறு வறண்டு கிடக்க
மழைக்கு வீடு இடிந்த
இந்தக் கொடுமையை
முதலில் மறக்கவேண்டும்.

உடலில் ரத்தமும் மனதில் தெம்பும்
நிறைந்த இளமை மீண்டும் வேண்டும்
அதற்கு இனி வாய்ப்பில்லை.

ஒரு மழை அவை எல்லாவற்றையும்
அடித்துக் கொண்டு போய்விட்டது.

இனி இந்த மண்ணில் உடைந்து கிடக்கும்
எங்கள் கனவுகளைப் பொறுக்கியபடியே
சாகும்வரை உயிர்த்திருக்க வேண்டும்...

இதுதான் எங்கள் விதி
*

## 2. கணக்கெடுப்பு

கணக்கெடுத்துச் செல்லுங்கள்
மரங்களை மட்டுமல்ல
மனிதர்களையும் வேரோடு சரித்துவிட்டது
இந்தப் புயல்.

பூச்சி மருந்துக்கும்
தூக்குக் கயிறுக்கும் தன்னை
ஒப்படைக்கிறான் விவசாயி.

பாதிப்பைக் கணக்கெடுக்க வந்தவர்கள்
காலிலெல்லாம் விழுகிறாள் ஒரு மூதாட்டி.
அவள் உதிர்க்கும் கண்ணீர்
அவள் சுருக்கம் விழுந்த வாழ்க்கையை
மீட்க அல்ல...

தூரோடு சாய்ந்து கிடக்கும்
அவள் நிலத்தின் தென்னைகளைப் போல்
சரிந்து கிடக்கும் தன் மக்களின் வாழ்வை மீட்க.

சொந்த மக்களாக வாழ்ந்த
கால்நடைகளைப் புதைக்க
குழிகளை வெட்டும் இம்மக்கள்
அக்குழிகளில் இருந்து மீள.

மழையில் நனைந்த
பாடப் புத்தகத்தையும் நோட்டையும்
அவ்வப்போது அடிக்கும் வெயிலில்
காயவைத்துக் கொண்டிருக்கிறார்கள் குழந்தைகள்.

அதில் அடுத்த தலைமுறையின் கனவுகள்
நைந்துகொண்டிருக்கின்றன.
அந்த புத்தகங்கள் மீண்டும் மலர...

இன்னும் ஓயாமல் பெய்கிறது மழை.

ஒதுங்க வீடில்லை
உழைக்கக் காடில்லை
மூட்டை மூட்டையாய் நெல்மணிகளைச்
சாகுபடி செய்து தந்தவர்கள்
பசிக்குச் சோறு கேட்டு
வரிசையில் நிற்கிறோம்.

ஐயா மகராசன்களே...
கணக்கெடுத்துச் சென்று சொல்லுங்கள்...

புயலின் வேகத்தை
அதில் விழுந்த மரங்களின் எண்ணிக்கையை...
இடிந்த வீடுகளை...
அவற்றின் பின்னால் இருக்கும்
ஐம்பது நூறு வருடங்களின் உழைப்பை...

இவற்றோடு
எங்கள் கண் குழிகளின் ஆழத்தை...
எங்கள் கண்ணீர்த் துளிகளின் எண்ணிக்கையை...

கையேந்த முடியாமல் தயங்கித் தொங்கும்
உழுத கரங்களின்
தன்மானத்தை....

*

# 3. கூட்டுச் சவக்குழி

வாயில்லாச் சீவன்களே!

பாலாகக் கொடுத்தீர்கள்
பாசத்தைப் பொழிந்தீர்கள்
ஓடாக உழைத்தீர்கள்
உடனிருந்து காத்தீர்கள்

ஆடாக மாடாக
உருவெடுத்துப் பிறந்தாலும்
அன்பான உறவைப்போல்
அகலாமல் வாழ்ந்தீர்கள்.

உறவாக வளர்ந்த நீங்கள்
உயிரிழந்து போனதென்ன?
உயிர் அறுத்துப் போனதெங்கே?
*
மாடென்று சொன்னாலே
செல்வமென்ற பொருளுண்டு.
ஆடென்று உரைத்தாலே
மகிழ்ச்சியான ஆட்டம்தான்.

செல்வமெல்லாம் போன பின்பு
மகிழ்ச்சி எங்கே? ஆட்டமெங்கே?
*
நாங்கள் உமை வளர்த்ததாகப்
பேருக்குச் சொல்வதுண்டு.

நீங்களன்றோ எமை வளர்த்தீர்
நிறைவான வாழ்வளித்தீர்

கால் வயிறு அரை வயிறு
குடிச்சதெல்லாம் உம்மாலே.
கதி கலங்க வச்ச கஜா
விதி மாத்தி எழுதிடுச்சே...
*
இடிந்து போய் நிற்கின்றோம்
இடுப்பொடிந்து கிடக்கின்றோம்
உயிரிழந்த கூடாகி
உறைந்து போய் நிற்கின்றோம்.
*
ஒரு குழிதான் வெட்டி அதில்
கொத்தாகப் புதைக்கின்றோம்.
அடுத்து என்ன செய்வதென்று
விளங்காமல் நிற்கின்றோம்.

வாயில்லாச் சீவன்களே
வாய்திறந்து சொல்லுங்கள்

தாயில்லாப் பிள்ளைகளாய்
தனிமையிலே அழுகின்றோம்.
*
(கஜா புயலில் உயிரிழந்த ஏராளமான ஆடு மாடுகளை,
பெருங்குழிகள் வெட்டி ஒன்றாகப் புதைத்தனர் விவசாயிகள்.
- செய்தி)

(நன்றி: 'குமுதம்' - 04.12.2018)

## 4. கரையேறுவது எப்போது?

கடலில் நின்ற படகுகளைக்
கவிழ்த்துக் கரையில் போட்டாய்.

நிலத்தில் நின்ற மரங்களை
பெயர்த்து வேருடன் சாய்த்தாய்.

வீடுகள் இடித்தாய்.
கூடுகள் கலைத்தாய்
உறவுகள் பறித்தாய்
உயிர்களைக் குடித்தாய்

புயலே கஜா புயலே
நீ கரைகடந்துவிட்டாய்
நாங்கள் எப்போது கரையேறுவது?
சொல்.

*

# 5. புயலில் தப்பிய ஆட்டுக்குட்டி

தீப்பெட்டியைக் கவிழ்த்துக் கொட்டியது போல்
வாழைகளும் தென்னைகளும்
தரையில் சிதறிக் கிடக்க

பெற்ற குழந்தைகளைப் பறிகொடுத்தது போல்
வாயிலும் வயிற்றிலும்
அடித்துக் கொண்டு அரற்றுகிறாள் ஒரு மூதாட்டி.

வாங்கிய கடனும்
குழந்தைகளின் எதிர்காலமும் திகிலூட்டத்
தோப்புக்கு வாங்கி வைத்த
பூச்சி மருந்தைத் தேடுகிறான்
விவசாயத்தில் தேய்ந்த அவள் மகன்.

மாடுகன்றுகளைப் பறிகொடுத்துப் பித்தாகிப்
பெற்ற குழந்தைகளையே
வெறித்துப் பார்த்துக் கொண்டிருக்கிறாள்
இடிந்த வீட்டுச் சுவரில்
தலைவிரி கோலமாய்ச் சாய்ந்து சரிந்த
அவன் மனைவி.

விடிந்தும் வெளுக்காத வானம்
நண்பகலில் கருமை விலகி
சிறிது வெளுக்கிறது.

மழையும் சற்று ஓய்கிறது.

அதுவரை சுருண்டு கிடந்த
தாயை இழந்த ஆட்டுக்குட்டி ஒன்று
சோர்வோடு எழுந்து
முறிந்து கிடக்கும் மரமொன்றின்
இலையை மேய்வதை
எதேச்சையாகப் பார்க்கிறாள்.

அவிழ்ந்த கூந்தலை அள்ளிச் செருகி
ஆவேசமாய் எழுகிறாள் சட்டென.

பூச்சி மருந்துக் குப்பிகளை எடுத்துச்
சாக்கடையில் கவிழ்த்து
மூத்தவளை அழைத்து
அப்பனைக் கண்காணிக்கச் சொல்லிவிட்டு
கிழவியைச் சத்தம் போட்டு
அரற்றலை நிறுத்தி
அடுத்த வேலை உணவுக்கு
ஊர்ப்பொதுச் சமையல் செய்ய
அவளையும் கூடவே அழைத்துச்செல்கிறாள்.

எங்கிருந்தோ வந்து
தண்ணீரும் நோட்டுப் புத்தகமும் தரும்
தன்னார்வலர்களை அண்ணன் எனவும்
அக்கா எனவும் அழைக்கிறார்கள்
கிராமத்துக் குழந்தைகள்.

மின்சாரமற்ற இரவில்
மெழுகுவர்த்தியை ஏற்றிப்
படிக்கும் தம்பிக்கும் தங்கைக்கும்

நிவாரணத்தில் பெற்று வந்த
பிஸ்கட் பாக்கெட் பாக்கெட்டைப்
பிரித்துத் தருகிறாள்
அந்த மூத்த சகோதரி.

அப்பனுக்குக் கண்ணீர் முட்டிக்கொண்டுவர
விழுந்த மின்கம்பத்தைத்
தூக்கி நடும் ஊர்க்காரர்களுக்குத்
தோள் கொடுக்கப் புறப்படுகிறான்.

வாழ்க்கையின் சுடர்
எந்தப் புயலையும் தாண்டி அங்கு ஒளிர்வதை
வேடிக்கை பார்க்கிறது
கறுத்துத் திரண்ட மேகங்களுக்குப் பின்னாலிருந்து
ஒரு தூரத்து நட்சத்திரம்.
*
(நன்றி: படைப்பு - தகவு)

# 6. மழைக்கு ஒதுங்கிய வானம்

கடவுளின் வரம் போல்
வந்துகொண்டிருந்த மழை
சாத்தானின் சாபமாக மாறிய நாள் அது.

நகரம் கிராமம் என்ற பேதமெல்லாம்
பார்க்கவில்லை அது.
நாகரீக வளர்ச்சியின் அடையாளங்களைத்தான்
முதலில் அழித்தது.

கண்ணாடிச் சுவர் பதித்த
கட்டடங்கள் எதிரொளித்தன
பொருளாதாரப் பிணங்களை.
குடிசைக் குழந்தைகளும்
அடுக்குமாடி நோக்கி நகர்ந்தபோது
அவற்றுக்கு உயிர்தான் இல்லை.

வீடுகளை விட்டு
பாலத்தின் சுவரைப் பிடித்தபடி
ஹெலிகாப்டர் பொட்டலச் சோற்றை
எதிர்பார்த்தவர்கள்
அதுவரை ஐந்து நட்சத்திர விடுதியில் இருந்து
உணவு வரவழைத்தவர்கள்.

பாசன நீர் பார்த்து பல்லாண்டுகளான
நகரமாய் மாற்றப்பட்டக்
கிராமப் பஞ்சாயத்து வயல்களில்
நீர் நிரம்பியதே என மகிழ
ஒரு விவசாயியும் அன்று அங்கு இல்லை.

அவர்கள் அடைக்கலமான பள்ளிகளில்
கல்யாண மண்டபங்களில்
இருக்க இடம் தேடி
அலைந்து கொண்டிருந்திருக்கக் கூடும்
சாதியும் பொருளாதாரமும்.

மாதவிடாய் காலத்தில்
இப்படியொரு பேரிடரில்
உயிர் பிழைத்தது ஏனென
அடிவயிற்றைப் பிடித்தபடி
வானத்தை முறைத்துப் பார்க்கிறாள்
வயிற்றுவலியோடு ஒருத்தி.

பெருகி வழியும் ஏரி நீரில்
கொட்டித் தீர்க்கும் மழையில்
எங்கு ஒதுங்க என அலைந்துகொண்டிருந்தது
வானம்.

இரவைத் துண்டு துண்டாக உடைத்து
ஓடும் நீரில் கரைத்துக்கொண்டிருந்தது
இடியுடன் மின்னல்.

துர்க்கனவாகத்
துரத்திக் கொண்டிருக்கின்றன
அந்த இரவுகள் எங்களை.

இப்போதும் இடியோசை கேட்டால்
வாரிச் சுருட்டிக்கொண்டு எழுகிறோம்.
*
**(சென்னையில் கஜா புயல் நினைவு)**

பிருந்தா சாரதி

# மாபெரும் தனிமை
## (கொரோனா ஊரடங்கு காலக் கவிதைகள்)

# 1. கோரோனா நாட்கள்

கதைகளிலும்
சரித்திரத்தின் தூசி படிந்த பக்கங்களிலும் படித்த
கொள்ளை நோய்
நான் இன்னும் சாகவில்லை என்று கூறித்
தாண்டவமாடுகிறது நம் காலத்திலும்...

மேம்போக்கான ஒரு செய்தியாகப்
படித்தோம் அதை
உலகத்தின் ஏதோ ஒரு மூலையில்தானே
நடக்கிறது என.. ஆசுவாசமாக...
சாவகாசமாக...

ஆனால் அதுவோ விமானத்தில் ஏறி
விரைந்து வந்துவிட்டது
நாம் செய்தித் தாளை
மடித்து வைப்பதற்குள்.

தேச எல்லைகளைத் தாண்டிக்
கோரத் தாண்டவம் ஆடுகிறது அது

அறைக்குள் சுருண்டு கிடக்கிறது
நம் வாழ்க்கை
ஏழை வீட்டு அடுப்பில்
சுருண்டு படுத்திருக்கும்
ஒரு பூஞ்சைப் பூனையாக.

எமனின் வாகனம்
எருமை என்றது புராணம்.

இப்போது எருமையின் வேகம்
போதவில்லை போலிருக்கிறது அவனுக்கு.

கண்ணுக்குப் புலப்படாத
சின்ன வைரஸ்களை
கூட்டம் கூட்டமாக
வாடகைக்கு எடுத்து
கொத்துக் கொத்தாய்
அறுவடை செய்கிறான்
மனித உயிர்களை...
திசைகள் எட்டும்
தீப்பிடித்த வேகத்தில்.

வலை ஏதும் இல்லை
வேகமாகப் பரவும்
அந்த மரண வைரஸை வேட்டையாட.
வலைகளில் சிக்காத
வழுக்கு மீன்களாய்த் தப்பி
வலை வீசியவனையே
வேட்டையாடுகிறது அது.

கடவுளிடம் மனுப் போடப்
போனாலும்
அங்கும் நுழைகிறது
அந்த சாத்தான்
அணுக் கதிர்வீச்சின் அவசரகதியில்.

இன்னும் வரவில்லை
எந்தக் கடவுளும்
மனிதனிடம் இருந்து பரவும்
இந்த நோயைத் தடுக்க...

பிருந்தா சாரதி

ஓடி ஒளிகிறான் மூலைக்குள்
அடைக்கலம் தேடுகிறான் அறைக்குள்.

ஊரடங்கு உத்தரவால்
நாடு நகரம் அனைத்தும் வெறிச்சோடிவிட்டது
வீடடங்கி வாழ்கிறான்
தனிமையை
உயிர் காக்கும் கவசமாக்கி.

அமரர் ஊர்திகள் ஊர்வலம் போகிற காட்சிகள்
அவன் வீட்டுத் தொலைக்காட்சிகளில்.

நாடுகள்தான் வேறு வேறு
நாட்கள்தான் வேறு வேறு
செய்தி மட்டும் ஒன்றே ஒன்றுதான்...
மரணம்... துர்மரணம்...

ஆனால்
தோல்வியில் முடிந்ததில்லை
மனிதனின் போராட்டம்...
அழிவின் முன்
மண்டியிட்டதில்லை என்றும்
அவனது அறிவாயுதம்.

இரண்டு உலகப் போர்களைக்
கடந்து வந்த வரலாறு
அவன் வரலாறு.

அணுகுண்டுத் தாக்குதல்
விஷவாயு முகாம், கில்லட்டின்
அம்மை, காலரா, எய்ட்ஸ் என
எத்தனை மரணக் கிணறுகள்
அவன் பயணப் பாதையில்...

இழப்புகளை எண்ணி
அழுவதல்ல
இடிந்த கட்டடங்களை
மீண்டும் எழுப்பிய
தளராத தோள்கள் அவனுடையவை.

சோதனைக் கூடங்கள்
அவனது புதிய ஆலயங்கள்
அறிவியல் என்பது
அவனது புதிய வழிபாடு...

எல்லா நோய்களிடம் இருந்தும்
அவன் காப்பாற்றுவான்
மனிதத்தை.

அதுவரை
நோயின் சங்கிலித் தொடரை அறுப்போம்
ஒருவருக்கொருவர்
தொட்டுவிடாத தூரத்தில் விலகியிருந்து...

அன்பின் சங்கிலித் தொடரை வளர்ப்போம்
ஒருவரை ஒருவர்
கைவிடாத நெருக்கத்தில்
இணைந்திருந்து...
*

## 2. ஊரடங்கு நாட்குறிப்புகள்

1.
ஊரடங்கு
கொரோனா பயம்
எதுவுமில்லை
பறவையாய்ப் பிறந்திருக்கலாம்.

2.
வீட்டைச் சுற்றி
இத்தனைப் பறவைகளா?
செவிகளைத் திறந்தது ஊரடங்கு.

3.
ஊரடங்கு உத்தரவால்
ஒன்றும் செய்யமுடியவில்லை
ஓடி விளையாடும் அணில்கள்.

4.
அவசர அவசரமாய்
உணவு சேகரிக்கின்றன எறும்புகள்
முன்பே தெரிந்திருக்குமா அவற்றுக்கு?

5.
சுறுசுறுப்பாகச்
சுற்றிச் சுற்றி வருகின்றன
காலையில்.
களைத்துப் போய்
மூலையில் ஒடுங்குகின்றன
மாலையில்.
தெரு நாய்களுக்குப் புரியவில்லை
இந்தச் சமூக விலகல்.

**6.**
அலைந்து அலைந்து ஓய்கிறது
நகரத்துக் காக்கை
அமாவாசைச் சோறாவது
கிடைக்குமா?

**7.**
அடுக்குமாடி வீட்டிலிருந்து
ஏக்கமாய்ப் பார்க்கிறது
ஊர் சுற்றும்
தெரு நாய்களை
வளர்ப்பு நாய்.

**8.**
முகமூடி போட்டு
வெளியே வருவது குற்றம்.
காவல்துறையே
முகக்கவசம் போடும்படி
வேண்டுகிறது
இது கொரோனா காலம்.

**9.**
அலைபேசி மட்டும் இல்லையென்றால்
அனாதை ஆகியிருப்பேன்.

**10.**
கிழிக்கப்படாத நாட்காட்டி
பார்க்கப்படாத கடிகாரம்
இயக்கப்படாத வாகனம்
மலராமலேயே உதிர்கின்றன
நாட்காட்டியில் இருந்து
வாழப்படாத நாட்கள்.

*

## 3. இந்தக் கொடிய காலத்தின் பெயர் கொரோனா

அன்று அவர் எம்மோடு இருந்தார்
சாலையோரத் தேநீர்க் கடை திறந்திருந்தது
நண்பர்களைச் சந்தித்தோம் உரையாடினோம்

நிழல் தரும் மரங்களுக்குக் கீழே
கதிரவன் ஒளிக்கோலம் போட்டிருந்தான்
தெருக்களில் மனிதர்கள் நடமாடியபடியும்
வாகனங்களில் விரைந்தபடியும் இருந்தனர்

எல்லோரோடும் கைகுலுக்கி நேசம் கொள்ளமுடிந்தது
புதிது புதிதாய் நட்பு வட்டம் விரிந்தது

இன்று அவர் ஒரு நினைவு
எங்கள் சந்திப்பும் ஒரு நிழல் சித்திரம்

யாரைச் சந்திக்கவும் அச்சம்
யாரோடு கைகுலுக்கவும் பயம்
நெருங்கிய நண்பர்களிடமிருந்தும்
விலகிக்கொள்கிறோம்

அடிபட்ட பறவை கூட்டில் அடைபட்டிருப்பது போல்
வீட்டில் இருக்கிறோம்
சாளரம் வழியே தெரியும் வெளியிலும் வெறுமை
சின்னதாய்ப் புலப்படும் சதுர வானிலும்
வெற்று வெள்ளை

மின்கம்பியின் மீது அமர்ந்திருக்கும் காக்கை கூட
இறக்கை மறந்து அசையாமல் அமர்ந்திருக்கிறது

என்று வாசல் திறக்கும் என ஏங்கிக் கிடக்கிறோம்
கண்ணுக்குத் தெரியாத கிருமி ஒன்று
ஊரை அடங்க வைத்துவிட்டது

எங்கள் கால்களைக் கட்டிப் போட்டிருக்கும்
இனம் புரியாத இந்தக்
கொடிய காலத்தின் பெயர் கொரோனா!
*

(இரண்டு ஆண்டுகளுக்கு முன் இதே நாளில் எழுத்தாளர் பிரபஞ்சன் அவர்களுடன் கவிஞர்கள் விக்ரமாதித்தன், பிரான்சிஸ் கிருபா, ஸ்ரீசங்கர், பதிப்பாளர் வேடியப்பன், திரை எழுத்தாளர் அஜயன் பாலா மற்றும் நான் 'டிஸ்கவரி புக் பேலஸ்' அருகில் ஒரு தேநீர்க் கடையில் சந்தித்து உரையாடினோம். இன்று பிரபஞ்சனின் பிறந்த நாள். தனி அறையில் பிரபஞ்சனின் நினைவை எழுப்புகிறது முகநூல் நினைவூட்டி.)

## 4. நெருநல் உள ஒரு நோய்

தொலைக்காட்சியைத் திறக்கவும்
செய்தித்தாளைப் பிரிக்கவுமே
அஞ்ச வேண்டியிருக்கிறது
இப்போதெல்லாம்.

கூட்டம் கூட்டமாக மருத்துவமனைகளிலும்
கொத்துக்கொத்தாக இடுகாட்டிலும் சுடுகாட்டிலும்
மனிதர்கள் அல்லலுறுவதையும்
மடிவதையும் காண்பது
வறண்டு போகச் செய்கின்றன
கண்களையும் இதயத்தையும்.

தொற்று நோய் ஒன்று
எரி நிழலாய்
மனித குலத்தின் மீது விழுந்துவிட்டது.

அது கண்ணில் பார்த்தவரை எல்லாம் எரிக்கிறது.
கையில் கிடைத்தவரை எல்லாம் புசிக்கிறது.
அதன் பசி எப்போது தீரும் என்பது தெரியவில்லை.

யாரையும் அது
விட்டுவைக்கவில்லை
மாளிகை முதல் குடிசை வரை
அதன் தீக்கரங்கள் நுழையாத இடமில்லை.
தேச எல்லைகளும் அதற்கு இல்லை.
உலகை அழிக்க முனையும்
உலகமய நோய்த்தொற்று.

மூச்சுக் காற்று இன்றி மனிதர்கள்
திணறுவதைக் காணச் சகிக்கவில்லை.

மருத்துவர்களுக்கும் செவிலியர்களுக்கும்
உறக்கம் இன்றி போனது.
மருத்துவம் செய்யும் அவர்களே
நோயாளிகளாய்ப் படுக்கையில்
படுக்க நேரிடுகிறது.

வாழ்க்கை கடினமானதாக இருந்தது முன்பெல்லாம்.
இப்போது சாவு மிகக் கடினமானதாக மாறிவிட்டது.

கடவுள் இந்த உலகத்தை விட்டு
வெளியேறிவிட்டாரோ என்று
நினைக்கத் தோன்றுகிறது.

ஆனாலும் ஆலயங்களுக்குச்
சென்றுகொண்டுதான் இருக்கிறோம்
தொற்று அங்கும் தொடர்ந்து வருகிறது.

உணவகங்களில் சலூன்களில்
மளிகைக் கடைகளில் எங்கும்...
மனிதனை மனிதன்
அஞ்சி விலகும் இந்த நாட்கள்
மனிதகுலத்தின் துயர நாட்கள்.

நாளை விடிகிறபோது இன்றிருப்பவர்களில்
எத்தனை பேர் இருப்போம் என்பது
ஒரு கேள்விக்குறியாகத்தான் இருக்கிறது.

'நெருநல் உளனொருவன் இன்றில்லை எனும்
பெருமை உடைத்து இவ்வுலகு' என்பது
எப்போதையும் விட இப்போது
மிகவும் பொருந்துகிறதோ?

வருத்தம் மேலிட
மானுட வரலாற்றைப் படிக்கிறேன்
நோய்கள் வந்துபோன பின்பும்
மனிதனும் மனிதமும்
உயிர்த்துக்கொண்டேதான் இருக்கின்றன.

இறுதியில் நோய்கள்தான் செத்திருக்கின்றன.
நெருநல் உள ஒரு நோய்
இன்றில்லை எனும்
பெருமை உடைத்து இவ்வுலகு.
*

## 5. எப்போது? அது எப்போது?

சாலைகளே...
படுத்துக் கிடந்தாலும்
எங்கள் பயணங்களுக்கு உதவும்
உங்கள் பாதைகளை
எங்கள் பாதங்கள் முத்தமிடுவது எப்போது?

பூங்காக்களே...
இதயங்கள் உதிர்ந்து கிடப்பது போல்
பூவரச இலைகள் உதிர்ந்து கிடக்குமே
அந்த நடைப் பயிற்சி மேடைகளில்
நாங்கள் நடப்பது எப்போது?

கண் திறந்துகொண்டே
கனவு காண வைக்கும்
திரையரங்குகளே
உங்கள் வெள்ளித்திரைகள்
எங்கள் விழித்திரையில் விழுவது எப்போது?

தொடர்வண்டிகளே
உங்கள் தாள லயம் கேட்டபடி
துயில் கொண்டும் நாங்கள்
துயரங்களின் தண்டவாளங்களைக் கடப்பது எப்போது?

திரைப் பாடல் ரசித்தபடி கண் மயங்கிப் பயணித்துத்
திடீரென்று இறங்கும் நிறுத்தம் உணர்ந்து
நடத்துனரின் அர்ச்சனையோடு
எங்கள் நிறுத்தங்களில்

அவசர அவசரமாக இறங்குவோமே
பேருந்துகளே அந்தப் பயணங்கள் எப்போது?

சர்ர்ர்ர்... என்ற சத்தத்தைச்
சத்தமாகப் போட்டபடி
நுரைப்பூக்கள் மலர்வீர்களே
தேநீர்க் கடைகளே
உங்கள் கண்ணாடிக் குவளைகளை
இதழ் குவித்து நாங்கள் முத்தமிட வேண்டாமா?
உங்கள் கடைதிறப்பு எப்போது?

உணவகங்களே
நண்பர்கள் சந்தித்து அரட்டையடிக்க வேண்டாமா
காதலர்கள் சந்தித்து மகிழ்ந்திருக்க வேண்டாமா
பசிக்கோ ருசிக்கோ பரபரப்பாய்த் தின்போமே
உங்கள் அடுப்புகளில்
சமையல் மணம் வீசும்
தீக்கொன்றை மலர்கள் தீப்பூப்பதெப்போது?

சற்றே ஓய்வு தரமாட்டீரா என சலித்துக்கொண்டே
ஒவ்வொரு நாளும்
பணி செய்ய வருவோமே
அலுவலகங்களே
உங்கள் திருவாசல் திறப்பதுதான் எப்போது?

எங்களைப் போலவே அங்கு தனிமையில் தவிக்கும்
நாங்கள் அமரும் நாற்காலிகளே
உங்கள் இருக்கைகளில்
எங்கள் இரு கைகள் பதிவதுதான் எப்போது?

தொழிற்சாலைகளே
உலகின் சக்கரம் சுழலுவதே உங்களால்தான்
நீங்கள் உறங்கலாமா?
உங்கள் சக்கரங்கள் மீண்டும் சுழலுவது எப்போது?

உடல் மட்டும் மூலதனம்
உழைத்தால்தான் வருமானம்
அன்றாடங்காய்ச்சிகளின்
அடுப்பெரிவதெப்போது?

ஓய்வெடுத்து ஓய்வெடுத்தே
ஓய்ந்துபோய்விட்டோமே
வேலைவெட்டி செய்வதற்கு
வேளை வருவதெப்போது?

சந்திப்புகளில் சந்தோசம்
தொற்றியது போய்
நோய் தொற்றுமோ எனும் அச்சம்தான்
அகலுவது எப்போது?

கொடுமைகளில் பெருங் கொடுமை
தனிமையெனும் தண்டனைதான்
அதைக் கொடுக்கும் கொரானாவைக்
கொல்வதுதான் எப்போது?
*

## 6. திரும்பிச் செல்லும் பாதங்கள்

பயணம் செல்வதற்காகப்
போட்ட பாதைகளில்
நெரிசல் இல்லாமலேயே
விபத்துக்குள்ளாகி இறக்கிறார்கள்
பாதையைச் சமைத்தவர்கள்.
*

வந்த வழியே திரும்புகின்றன
கானல்நீரை நம்பி வந்த
மான்கள்
தாகத்தோடும் பசியோடும்.
*

இந்தப் சாலைகளைப் போட்டது
யாரோ பயணம் செய்ய...
எங்களுக்கான
வாகனங்களுக்கு
அவற்றில் இடமில்லை.

இந்த அடுக்குமாடிகளைக் கட்டியது
நாங்கள் வசிக்க அல்ல...
அதன் நிழலிலும் எமக்கு
இடமில்லை.
*

நெடுஞ்சாலை போட்டது
தகிக்கும் வெயிலில் இப்படித்
தாகத்தோடு நடப்பதற்கா
எனக் குமுறுகிறது
சாலை போட்டவன் மனசாட்சி.
*
லட்சங்களில் கோடிகளில் திட்டங்கள்
வழி தெரியாமல் சாலையில்
நடப்பவனுக்குக் கிடைக்குமா
அவற்றில் சில வட்டங்களாவது?
*
சமைத்துச் சமைத்துப் போட்ட
சமையல்காரர் ஒருவருக்கு
ஒரு வாய் சோறில்லை
நெடிய சாலையைக்
கடக்க வேண்டும் அவரது பசி.
*
கண்ணீர் அமிலமென்பது தெரியவில்லை
தண்ணீர் தர இயலாதவர்களுக்கு.
பசி நெருப்பென்பது
புரியவில்லை
உணவுக்கு வழி சொல்லத்
தெரியாதவர்களுக்கு.
*

இருப்புப் பாதைகளில்
அடிபட்டார்களா?
இரும்பு மனங்களில்
அடிபட்டார்களா?
*

செருப்பற்ற பாதங்கள்
பதித்த சுவடெல்லாம்
வரலாற்றின் ரத்தக்கறை.
*

புலம்பெயரும் பிள்ளைகளோடு
செருப்பில்லாப் பாதங்களோடு
பாரதமாதாவும்
திரும்புகிறாள் கிராமத்துக்கு.
*

(ஊரடங்கு நாட்களின்போது சொந்த கிராமங்களுக்கு
நடந்தே திரும்பிய புலம்பெயர்ந்த தொழிலாளர்களுக்கு...)

## 7. நெடுஞ்சாலைச் சுவடுகளுக்கு முத்தமிடும் மூதாட்டி

நெடுஞ்சாலையில் குவிந்து கிடக்கும்
ரத்துச் சுவடுகள்
ஒவ்வொன்றுக்கும்
கண்ணீர் கசிய
முத்தமிட்டுக்கொண்டே
அவற்றின் திசையில் நடக்கிறாள்
இரவும் பகலுமாய்
ஒரு மூதாட்டி.

தன் இதயத்தைக் கையில் எடுத்து
அந்தச் சுவடுகளுக்குரிய பாதங்களுக்கு
ஒத்தடம் கொடுக்க
ஏங்கித் தேடுகிறாள்.

நெடுந்தூரம் சென்றுவிட்ட
அந்தப் பாதங்கள்
இந்நேரம்
எந்த தார்ச்சாலையில் எப்படித் தோலுரிந்து
ரத்தம் கசிய நடந்துகொண்டிருக்குமோ
என எண்ணியதும் கலங்குகிறாள்.

அவளருகில் வீசப்படும்
ஒரு சோற்றுப் பொட்டலத்தைப் பிரித்து
ஒவ்வொன்றுக்குமாக
ஊட்டுகிறாள்.

அந்தப் பாதக் குவியலில்
ஒரு குழந்தைப் பாதத்தைக்
கண்ணுற்றவள் பெருங்குரலெடுத்து அழுகிறாள்.

கைத்தடியோடு வரும் சீருடை ஆள்
அங்கிருந்து அவளை விரட்ட
வெடுக்கென நிமிர்ந்து ஏறிட்டுப் பார்க்கிறாள்.

அதில் கனலும் தீயைச்
சந்திக்க இயலாதவன்
அதை மறைக்க
மன நல மருத்துவ வண்டி ஒன்றை வரவழைத்து
அதில் ஏற்றி அனுப்புகிறான் அவளை.

ஆயிரக்கணக்கான பெருமூச்சுகளையும்
விம்மல்களையும்
கடந்தபடி செல்கிறது
கடகடத்த அவ்வண்டி.
*

## 8. எதிர்த் திசை

பிழைப்பு தேடித்தான்
இந்த மாநகர் வந்தோம்
இப்போது
உயிர் பிழைத்தால் போதும் என்று
இங்கிருந்து வெளியேறுகிறோம்.

உணவு தேடித்தான் இங்கே வந்தோம்
இன்று பசியோடு வெளியேறுகிறோம்

எதையும் சுமக்கும்
வலுவோடுதான் வந்தோம்
உங்கள் உதாசீனம்
பொறுக்க இயலாத சுமையோடு
வெளியேறுகிறோம்.

உங்கள் இல்லங்களையும்
சாலைகளையும்
உருவாக்கிய எங்களுக்கு
அவற்றின் நடைபாதையில்
தலைசாய்கவும்
அனுமதி இல்லை.

உங்கள் பூங்காக்களில்
மரம் நட்ட எங்களுக்கு
அதன் நிழலில் இளைப்பாறவும்
உரிமை இல்லை.

பிருந்தா சாரதி

உங்களுக்குக் குடிநீர் வழங்க
நிலத்தைத் தோண்டிய
எங்கள் தாகத்துக்கு
இன்று எதுவுமில்லை.

இனி உங்கள் குழாய்களில்
நீர் வழியும்போது
எங்கள் குழந்தைகளின் அழுகையை
நினைத்துக்கொள்ளுங்கள்.

படித்தவர்கள் நீங்கள்...
வீட்டிலிருந்து பணிபுரியலாம்
தவறாமல் ஊதியம் பெறலாம்.

தொலைக்காட்சியிலோ இணையத்திலோ
பொழுதுபோக்கலாம்.

குடும்பத்தோடு குழந்தைகளோடு
நேரம் செலவழிக்க கிடைத்த வாய்ப்பென
மகிழலாம்.

மறந்த உறவுகளை
விலகிய நட்புகளை அழைத்துப் பேசி
இழந்தவற்றைப் புதுப்பிக்கலாம்.

நோய் தந்த வரம் என்று
இந்த அவகாசத்தில்
ஆழமாகச் சுவாசித்து
உங்களுக்குள்ளே தியானத்தில்
ஆழ்ந்து போகலாம்.

ஆனால் நாளைக்கு எங்களுக்கு
ஊதியமில்லை உணவில்லை.

நோய் வராமலேயே மூச்சுத் திணறிச்
சாகக்கூடும் நாங்களும்
எங்கள் குழந்தைகளும்.

வெளியேறுகிறோம்
இந்த மாநகரை விட்டு

இது எங்களுடையதல்ல.

நாங்கள் வீடற்றவர்கள்
முகவரியற்றவர்கள்
முகமற்றவர்கள்
கதியற்றவர்கள்.

முன் யோசனையுடன்
உங்கள் செல்லப் பிராணிகளுக்கு
வாங்கிவைத்த உணவை
நீங்கள் அவற்றுக்கு
ஊட்டிக்கொண்டிருக்கும் போது
எங்கள் குழந்தைகளின்
பசியாற்றவும் வழியின்றி
செருப்பில்லாப் பாதங்களோடு அவர்களை
வெயில் காயும் தார்ச்சாலையில்
அழைத்துக்கொண்டு வெளியேறுகிறோம்.

இந்தச் சாலையில்தான்
பெரும் கனவுகளோடு வந்தோம்.

வரும்போது எங்களிடம்
வாகனச் செலவுக்காவது வழியிருந்தது.
இப்போது
கானல் நீண்ட சாலையில்
கால்நடையாக வெளியேறுகிறோம்
கால்நடைகளைப் போல்.

சமூக விலகல் தூரம் இன்றி
நெருக்கியடித்துப் பேருந்து நிலையத்தைக்
கடக்கும் எங்களுக்கு
அறிவிருக்கிறதா என்று
இணையத்தில் நீங்கள்
விவாதிக்கிறீர்களாம்...

ஆம் இருந்திருந்தால்
இங்கு ஏன் வந்திருக்கப்போகிறோம்?

அறிவற்ற எங்களிடமும்
கேட்க ஒரு கேள்வியுண்டு...

நினைத்துப் பார்த்தீர்களா?
ஒரு உத்தரவால் ஊரடங்கிவிட்டது
எந்த உத்தரவால்
எங்கள் பசியடங்கும்?

நோய் எங்கிருக்கிறது என்று
உங்களுக்குத் தெரியுமா?

அடைத்துக் கிடந்த உங்கள்
சாக்கடைகளைக்கூட
அடைப்பெடுத்தோம்
எங்களால் அடைப்பெடுக்க இயலாதது
உங்கள் இதயங்களுக்குத்தான்
உங்கள் மூளைகளுக்குத்தான்.

எங்களுக்கும் ஒண்ட ஒரு
குடிசை இருக்கிறது
அரைகுறையாகவாவது எங்கள் கிராமங்கள்
உயிரோடிருக்கின்றன.
பசியோ நோயோ அங்கு போய் செத்தால்
ஒரு குழியாவது இருக்கிறது.

நெருங்கியிருக்கவே வேண்டாம்
உங்கள் சமூகத்தோடு...
நெருங்கினால் அல்லவா விலக?

போகிறோம்
பற்றியெரியும் வயிற்றோடு...
பசியோடு... கண்ணீரோடு...
அவமானத்தோடு...

தயவுசெய்து அங்கும் வந்துவிடாதீர்கள்
குழாய் பதிக்க
தொழிற்சாலை தொடங்க
கனிமம் எடுக்க என
ஏதாவது கூறிக்கொண்டு.

பிருந்தா சாரதி

எல்லாச் சாலைகளும்
எந்த நகரை நோக்கி வந்ததோ
அந்நகரின் எல்லாச் சாலைகள்
வழியாகவும் வெளியேறுகிறோம்...
எதிர்த் திசையில்...

உழைக்கும் கைகள் இல்லாமல் போகும்போது
ஒரு நகரம் என்னவாகும்
என்பதை இனிமேல்தான்
நீங்கள் புரிந்துகொள்ளப்போகிறீர்கள்.
*

**(ஊரடங்கு உத்தரவு பிறபிக்கப்பட்டதும் கொத்துக் கொத்தாகத் தலைநகரை விட்டுக் கால்நடையாக வெளியேறிய உடல் உழைப்புத் தொழிலாளர்களுக்கு...)**

# இரண்டு பார்வைகள்

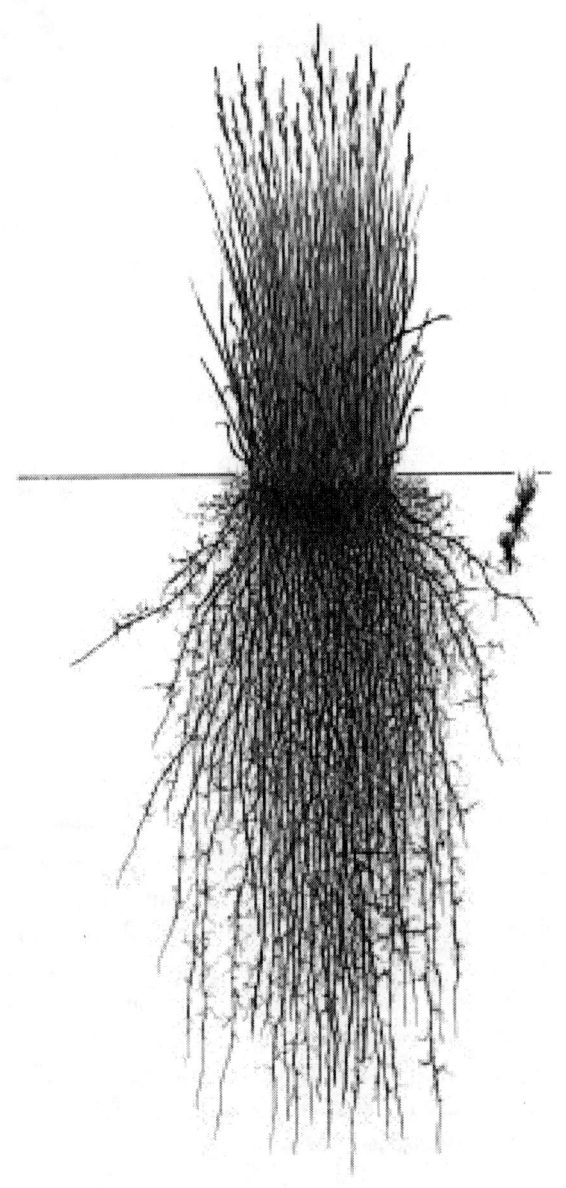

# எல்லைகளற்ற வானம்

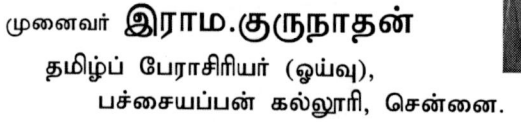

முனைவர் **இராம.குருநாதன்**
தமிழ்ப் பேராசிரியர் (ஓய்வு),
பச்சையப்பன் கல்லூரி, சென்னை.

ஓய்வறியா மனங்கொண்டது கவிதை மனம். உறங்கும்போதும் உறங்கவிடாது; விழிக்கும்போதும் எழுச்சி இல்லாமல் அதனால் இயங்கமுடியாது. கவிதை மனம் வாய்த்தோர்க்கே இது இயலும். காத்திருப்பு மனம் என்பது கவிதை மனத்திற்கு இருந்ததில்லை. எதையாவது மனம் அசைபோட்டுக்கொண்டிருப்பதை வெளிப்படுத்தியே தீரவேண்டும் என்று நினைத்தபடியே இருப்பது அது. நினைப்பின் சுவடுகளைப் பதிய வைத்தாலும், மறுபடி எண்ண அலைகள் வந்துகொண்டே இருக்கும்.

இந்தக் கவிதை மனம், ஒருவகையில் கட்டவிழ்ப்பு. மனத்தில் எழும் எண்ணங்களைக் கட்டுக்குள் வைக்காது உடனடியாக வெளிப்படுத்தும். இத்தகைய கவிதை மனம் படைத்தவர்தான் கவிஞர் பிருந்தா சாரதி. தாம் கண்டு, கேட்டு, உணர்ந்து அனுபவித்ததை மனத்துள் வாங்கி, அதனைக் கவிதையில் பொதித்துவைத்து வெளிப்படுத்துவதில் ஓர் இலகுத் தன்மை அவரிடம் இருக்கக் காணலாம். நடப்பு நிகழ்வுகளையும், போகிற போக்கில் காணும் காட்சிகளையும் அழகுணர்ச்சியோடும், இயல்பான எதார்த்தத்தோடும் சொல்லத் தெரிந்தவர் பிருந்தா சாரதி என்பதை இத்தொகுப்பில் கண்டு ரசிக்கலாம். காதல் விதைகளைத் தூவிவிடத் தெரிந்துவைத்திருக்கும் அவர், திடீரென்று சித்தராகி ஞான வெளியில் உலாவரவும் தெரிந்தவர்.

கவிஞர் பிருந்தா சாரதியின் கவிமனம் எல்லைகளற்ற வானம். சிறகடித்தவாறே சிந்தனைகளைச் சிதறவிடாது பருந்துப் பார்வையிலும், நெருங்கிக்காணும் நேரிய பார்வையிலுமாகப் பயணிப்பவர். காலமாற்றத்திற்கேற்ப ஹைக்கூ வடிவத்திலும், 'ஞாயிற்றுக்கிழமை பள்ளிக்கூடம்' போன்ற நீள்கவிதையிலும் வட்டமிட்டுப் பறந்த அந்தப் பாட்டுப்பறவை, இன்றைய நடப்புலகில் காணும் காட்சிகளைச் சிக்கெனப் பிடித்து இந்தத் தொகுப்பில் பதிவிறக்கம் செய்திருக்கிறது.

பிருந்தாவின் எழுத்துகள், அவர் சொல்வதுபோல, 'புற்றிலிருந்து எறும்புகளாய் அணி வகுக்கும் எழுத்துகள்' என்றுதான் சொல்லத்தோன்றுகிறது. அந்த எழுத்துகள் அழகியலுக்கு வகுப்பெடுக்கும்; அவற்றில் காதலின் மெல்லிய ராகம் இழையோடிவரும்; வாலிபத்தின் இளமைத் துடிப்பை வக்கணையாகச் சொல்லத் தெரிந்திருக்கும்; நடைபாதைக் காட்சியிலும், நாகரிக மேடைகளிலும் யதார்த்தத்தைக் காட்டி நிற்கும்; புதிய புதிய சொல்லாட்சிகளில் உலா வரும்; நெருடாத சொற்களில் மானிடநேயத்தை நெருங்கி நின்று உணர்த்தி நிற்கும்; கனகச்சிதமான நடையில் கருத்துமேகம் கவிமழையாய்ப் பொழிந்துவரும். இப்படிப்பட்ட கோணங்களில் தம் கவிதைப் பயணத்தில் தொடர்ந்து பயணித்தபடி இருப்பவர்தாம் கவிஞர் பிருந்தா சாரதி என்பதை உறுதி செய்யும் வகையில் இந்தத் தொகுப்பு அமைந்திருப்பது பாராட்டுக்குரியது.

அழகிப் போட்டியில் கலந்துகொண்டு மேடையில் காட்சி தரும் அழகிகளின் புறக்கவர்ச்சியைக் கோடுகாட்டிவிட்டு, உலக அழகிகளைவிடப் போட்டியில் கலந்துகொள்ளாத உன்னத அழகி ஒருத்தியின் உதடு, கன்னம், புருவம், கரங்கள். கால்கள் முதலியவற்றை ஒப்பிட்டு, அவளது விழிகளை, அடிவயிற்றை மனிதநேயத்தோடும், தாய்மை உணர்ச்சியோடும் வெளிப்படுத்துகையில்,

விபத்தொன்றில் கொத்துக்கொத்தாய்
மனித உடல்கள் சிதறிக் கிடந்த
தொலைக்காட்சிச் செய்தியைப்
பார்த்துக்கொண்டிருக்கும்போதே
கண்ணீர் கசிந்ததே...
அந்த மனிதநேசத்தில் இருக்கிறது
உன் மணிவிழி அழகு.
என விழியையும்,
அடுத்தவர் பசியையும்
உன் வயிற்றால் அறிவாயே
அந்தத் தாய்மையில் அல்லவா இருக்கிறது அது?

என தாயின் மணிவயிற்றையும் கூறிச் செல்வதில் கவிஞரின் மனிதநேய அக்கறை தெரிகிறது. 'எங்கிருக்கிறது உன் அழகு?' என்ற இக்கவிதையின் இறுதியைக் கச்சிதமாய் முடித்திருக்கும் நுட்பம் கவிதையின் உச்சம்.

பூங்காவில் இரு உருவங்கள் பண்ணும் காதல் சேட்டைகளைக் கவிஞர் உற்று நோக்குகிறார். அந்தக் காட்சியை நம் கண்முன் விவரிக்கிறார். இறுதியில்தான் தெரிகிறது பூங்காவின் தோட்டக்காரன் வாயிலாக, அவர்கள் இருவரும் காது கேளாத, வாய் பேசாத மாற்றுத் திறனாளிகள் என்று!

இறுதி அடிகளில் தோட்டக்காரன் அவர்கள் மீது கொண்ட வாஞ்சையால் இதயத்தின் கருணை என்று முடித்திருக்கும் நுட்பத்தைப் பூச்செடிகளுக்கு நீருற்றும் தோட்டக்காரர்கள் என்ற கவிதையில் காணலாம்.

நம் எதிர்பார்ப்புச் சில சமயங்களில் நம்மிடம் வேடிக்கைக் காட்டியபடி இருக்கும். 'சாகசம்' என்ற கவிதையின் உட்பொருளை அவ்வாறுதான் காண்கிறேன்.

பொன்னிற மாலை என்ற குறியீட்டுச்சொல்லால் அதனை உணர்த்தி இருப்பதாகத் தெரிகிறது.

என் அறையைப்
பொன்மயமாக்கிக்கொண்டிருந்த
அந்த மாலை நேர
மஞ்சள் கதிரொளியைத் திரும்ப அனுப்ப மனமில்லை.
சன்னலைச் சாத்தினேன்
அதை நிரந்தரமாக்கிக்கொள்ள
சாத்தும்போதே வெளியேறத்
தொடங்கியது அது.

என்று சொல்லியிருப்பதன் பொருளை உற்று நோக்கி அறியலாம்.

'முத்தங்களைச் சமைப்பவள்' என்ற கவிதை ஒரு புதிய விருந்து. அந்தச் சமையல்காரியின் புறத்தோற்றத்தில் 'பறித்த கிழங்கின் வாசனையும், பனை நுங்கின் ருசியும் அவள் அங்கங்களில்' என்று வருணித்துவிட்டு, 'வேறுவகை உணவுகளும் உண்டு அவளிடத்தில்' என்கிறார். இக்கவிதையில்,

பசி வழியும் பாத்திரத்தில்
தாகங்களால் கொதிக்க வைக்கிறார்கள்
ஆசைகளை.

என்ற வரிகளின் பொருள் அடர்த்தியானது.

‘பூமிக்குள் வந்த கடவுள்’ என்ற கவிதை, புதுமைப்பித்தனின் கடவுளும் கந்தசாமிப்பிள்ளையும் என்ற சிறுகதையை நினைவூட்டிச் செல்லும். தம் இருப்பிடத்திற்காக எங்கெங்கோ அலைந்து தேடும் கடவுளை, அவரே தம்மைக் கடவுள் என்று தாம் சந்திக்கும் மக்களிடத்துச் சொன்னாலும், நம்ப மறுக்கும் மனிதர்கள் கடைசியாக, சந்தேக ‘கேஸில்’ காவலர்கள் பிடித்துச்சென்று மனநல மருத்துவமனையில் சேர்ப்பிக்கவும் அதன்பின்தான் கடவுள் இப்படி உணர்கிறார்: ‘தம்மை ஏற்பவர்கள் இன்னும் இங்கே இருக்கிறார்கள் என்று மகிழ்ச்சி அடைந்தார் கடவுள்’ என்று முடிக்கிறார். கடவுள் என்னதான் மண்ணில் மனிதனாக அவதாரம் எடுத்தாலும், ‘தூர இருந்து வரம் கொடுக்கத்தான் முடியும்... நேரில் வருவது கூடாது’ என்று கடவுள் நினைப்பதாக எண்ணும் புதுமைப்பித்தனின் பார்வை இக்கவிதையில் வேறு உருவம் கொள்கிறது. மனநல மருத்துவ மனையிலாவது தம்மை ஏற்றுக்கொண்டிருக்கிறார்களே என்று கடவுள் நினைப்பது எள்ளலோடு கூடிய நகைப்பை வரவழைக்கும்.

சமுதாயத்தில் காணும் நிகழ்வுகளைக் கண்டு பாடிய ‘கஜா எழுதிய விதி’ என்ற கவிதையில், பாதிக்கப்பட்ட மனிதர்கள் சார்பாக மனம் உருகிப் பேசுகிறார் கவிஞர்.

‘இனி, இந்த மண்ணில் உடைந்துகிடக்கும் எங்கள் கனவுகளைப் பொறுக்கியபடியே சாகும்வரை உயிர்த்திருக்கவேண்டும்’ என்று பாதிக்கப்பட்டவர்கள் சொல்லியிருப்பதில் நீண்டகாலத் துயரங்களோடு உயிர்த்திருக்கவேண்டும் என்ற கவிஞரின் பார்வை மானிடநேயத்தை மலர்விக்கச் செய்யும் முயற்சி.

காதல் பற்றிய கவிதைகளில் மனத்தை வருடச்செய்யும் வார்த்தைகள் மிகுதி. சில பாடல்கள், காதலை வித்தியாசமான உணர்வோடு விதைத்துள்ளன. இயற்கையைக் காதலோடு இணைவிக்கும் கவிஞர், ‘காதல் தாவரம்’ என்ற கவிதையில், ‘நான் மரமானதே குயிலே நீ குடியிருக்கத்தான், மரத்தடியில் உதிரும் பூக்கள் உன் சொற்கள்’ என்றெல்லாம் அவரால்தான் சொல்லமுடியும். முன்னிலைப்படுத்திக் கூறும் கவிதைகளில் மோகன ராகம் சிம்மாசனம் இட்டு அமர்ந்துகொள்கிறது.

காதலுக்கும் கண்ணீருக்குமான புதிய இலக்கண விளக்கத்தை இவரிடம் காணும்படியாக உள்ளது, ‘காதலும் கண்ணீரும்’ என்ற கவிதை. ‘ஒருவருக்காகக் கண்ணீர் சிந்துவது காதல்; உலகிற்காக கண்ணீர் சிந்துவது மனிதம்’ என்று கூறியிருப்பதில் அவற்றிற்கான புதிய விளக்கம் கிடைக்கிறது.

நம்முன் இறைந்து கிடக்கும் இயற்கையைத் தத்துவார்த்துவமாகக் கூறுகிறது 'சித்தன்' என்ற கவிதை. 'உடல் பூமி மனம் வானம்', 'மண்ணில் வேர்விட்டு விண்ணில் கிளைவிரிக்கும் விதை', 'மேலே வானம் கீழே பூமி', 'நடுவே கிளைக்கும் மரம்', 'உள்ளும் புறமும் வானம், இடையில் கிடக்கும் உடல்', 'துளிக்குள் உடல், கடல்போல் மனம்' எனக் கூறியிருப்பதில் அவரது சித்தர் மனச் சிந்தனை வெளிப்படுகிறது.

கவிஞர் பிருந்தா சாரதியின் கவிதை ஆற்றல் மெல்ல நடை பயின்று அமைதியாகச் செல்லும் நதி போன்றது. இத்தொகுப்பில் இத்தகைய பார்வையில் கவிதைகள் பல காணக் கிடைக்கும்.

'மதிய உறக்கத்தின் நியாயங்கள்', 'ஊரடங்கு நாட்குறிப்புகள்', 'இரு நூறு ஆண்டுகள் தாமதம்', 'அருங்காட்சியகப் புகைப்படங்கள்', 'முடிவற்ற கற்பனை', 'விரல்கள்', 'சவப்பெட்டி செய்பவன்' முதலிய கவிதைகள் மிகவும் ரசிக்கத் தக்கவையாகவும், கருத்தினைப் புதிய கோணத்தில் சொல்வனவாகவும் இருக்கின்றன. கவிதைக்கான சில புதிய சொல்லாட்சிகளாக இடம்பெற்றிருக்கும் இரவு உடல், நிழல் விரிப்பு, காமத்தின் வாசனை, சரிகைக் காகிதங்கள், கண்ணாடிப் பூமரங்கள் போன்றவை அழகியதாய் வெளிப்பட்டுள்ளன.

நல்ல கவிதை நூல் ஒன்றைப் படித்த மனநிறைவு ஏற்படுகிறது. இந்தக் கவிதைத் தொகுதியின் படைப்பாளியான பிருந்தா சாரதிக்குப் பாராட்டுகள்.

அன்புடன்,

இராம.குருநாதன்.

சென்னை,
14, நவம்பர் 2022.

# முக்கோணத்தில் அடங்கிய முக்கால வடிவங்கள்

## நவீனா

**உதவிப் பேராசிரியர், ஆங்கில இலக்கியம்,**
**PMT கல்லூரி, மேலநீலிதநல்லூர், சங்கரன் கோவில்.**

**வ**டிவங்களில் முக்கோணம் மற்ற வடிவங்களைப் போன்றதல்ல. சதுரம், செவ்வகம், வட்டம் மற்றும் இன்னபிற வடிவங்கள் அனைத்தும் இணையான பக்கங்களைக் கொண்டவையாக இருக்கின்றன. ஆனால், முக்கோணம் இணைப் பக்கங்கள் என்னும் விதிக்கு சில சமயங்களில் உட்பட்டும், உட்படாமலும் பன்மைத் தன்மை கொண்ட வடிவமாக இருக்கிறது. இதன் பன்மைத் தன்மையை, பின்நவீனத்துவ இலக்கியத்தின் ஒரு இயல்பாகவும் கொள்ளலாம். பன்மைத்தன்மையும், பன்முகத்தன்மையும்தான் பின்நவீனத்துவ இலக்கியத்தைக் கட்டமைக்கும் அடிப்படைக் கூறுகளாக இருக்கின்றன.

பொதுவில் இந்தப் பன்மைத்தன்மையானது, ஒவ்வொரு தனிப்பட்ட இலக்கியத்தின் மையச் சரடையும் ஒன்றிணைத்து எழுப்பப்பட்ட கட்டமைப்பாகத்தான் அறியப்படுகிறது. பின்நவீனத்துவ கவிதைகளிலும், கட்டுரைகளிலும், புனைவுகளிலும் விரவிவரும் இந்தப் பன்மைத்தன்மையானது, பிருந்தா சாரதியின் 'முக்கோண மனிதன்' கவிதைத் தொகுப்பின் வழிக் கூடுதல் கவனம் பெறுகிறது. காதல், மனிதனின் அன்றாட வாழ்க்கை, தத்துவம், மீமெய்யியல், அமானுஷ்யம், இசை, இயற்கை, புராணம் மற்றும் இதிகாசம் என்று விரியும் 'முக்கோண மனிதன்' கவிதைத் தொகுப்பின் கருப்பொருள்கள், பொதுப்படையில் தொகுப்பில் இடம்பெற்றுள்ள அனைத்து கவிதைகளுக்குமானதாய் மட்டும் இல்லாமல், ஒவ்வொரு தனிப்பட்ட கவிதைக்குமானதாய் அமைந்து, அவை ஒவ்வொன்றையும் பன்முகத்தன்மை கொண்டதாய் சமைத்திருப்பது மேலதிகச் சிறப்பாக அமைந்துள்ளது.

கவிஞர் பிருந்தா சாரதியின் கவிதைக்கான மையப் பொருள் ஏறத்தாழ அவர் அனுதினமும் எதிர்ப்படக்கூடிய எல்லாமுமாய் இருப்பது பூக்கோவெஸ்கியையும், மொர்வினையும் நினைவு

படுத்துகிறது. ஏறத்தாழ ஒவ்வொரு தனிப்பட்ட கவிதையும், பல்வேறுபட்ட மையக்கருக்களுக்குள் சுழன்று, பண்பட்ட நிலையை எட்டி, பன்முகத்தன்மை கொண்ட விழுமியங்களையும், விளக்கங்களையும் ஒருசேர அளித்துப் போகின்றன. ஒருவிதத்தில் இந்தக் கவிதைகள் 'பூக்கும் செடிகளுக்கு நீர் ஊற்றும் தோட்டக்காரர்'களைப் போன்றவை.

*நிழல்களின் விரல்களில்*
*இன்னமும் பீறிட்டுக்கொண்டுதான் இருந்தது*
*அன்பின் நீரூற்று.*
*எழுந்து புறப்பட்டேன்*
*பூக்கும் செடிகளுக்கு*
*நீரூற்றும் தோட்டக்காரர்கள் இருக்கும்வரை*
*உலகின் மேலான என் நம்பிக்கை வற்றாது.*

என்று கவிஞர் கூறுவதுபோல, இந்தக் கவிதைப் பூக்களை நுகரும் வாசகர்களுக்கும் நம்பிக்கை என்னும் நீரை, இந்தக் கவிதைகள் வார்த்துவிட்டுத்தான் செல்கின்றன. பூங்கா நாற்காலியில் அமர்ந்திருக்கும் காதலர்களை நிழல்களாகப் பாவிப்பது, உலகில் மனித இருத்தலையும், உயிருள்ள உடலைக் கொண்டு வெளிப்படும் உயிரற்ற நிழலின் தன்மையை, மனிதர்களுடன் ஒப்பிடுவதும், காதலையும் கருணையையும் ஒருசேரப் பிணைத்து இந்தக் கவிதைகளின் பன்முகத்தன்மையும் பூரணமாக நிறுவி விட்டிருக்கின்றன.

'முக்கோண மனிதன்' தொகுப்பில் இடம்பெற்றுள்ள கவிதைகளில் ஒருவித சுதந்திரத்தை உணர முடிகிறது. இந்தச் சுதந்திர உணர்வானது கவிதைகளுக்கும், கவிஞருக்கும், வாசகருக்கும் பொதுவிலானது. கவிதைகள், அவற்றை எழுதிய கவிஞரின் அடையாளத்தைச் சுமந்துகொண்டிருக்கும் அயர்ச்சி இந்தக் கவிதைகளில் இல்லை. தன்னிச்சையாக இயங்கும் இயல்புடையதாய் புனையப்பட்டு இருக்கின்றன. கவிஞரின் எண்ணங்களை வற்புறுத்தி வாசகருக்கு திணிக்கும் பாங்கில் கவிதைகளைப் புனையாமல், கவிஞரின் எண்ணவோட்டங்களை வாசகர்களுக்குக் கடத்தும் அதேவேளையில், கவிதைகள் தன்னியல்பில் இருந்து நழுவாமல், தன்னிச்சையாகவும், தனித்த அடையாளத்துடனும் இயங்க அனுமதிக்கும்படி இயற்றப்பட்டு இருக்கின்றன.

தனிப்பட்ட கவிதைகளின் முடிவுகள் ஒன்றுக்கும் மேற்பட்டதாய் அமைந்து, open ended கவிதைகளுக்கானச் சூழலை தொகுப்பில் ஏற்படுத்திக் கொடுத்திருக்கின்றன. வாசகர்கள் அவர்கள் விரும்பும் முடிவை கவிதைக்குப் பொருத்திப் பார்த்து ஆசுவாசம் கொள்ளும் வகையில் எழுதப்பட்டிருப்பது ஒரு புதிய முயற்சி என்றுதான் சொல்ல வேண்டும். 'காயசண்டிகை' எனும் கவிதையை இதற்கான உதாரணமாகக் கொள்ளலாம்...

ஒரு நொடியின் பிசிறில்
என் உணவில் மணமில்லை என்பதை
நீ உணர்ந்திருக்கக் கூடும்.

ஆயின்
உனதன்பின் நறுமணத்தை
காலம் தாண்டியும் சொல்லியதுன் சுவாசம்
என் உள்ளங்கையில்.

என்னும் வரிகள் கவிதைக்கு நேர்மறையான முடிவாக வெளிப்பட்டு இருக்கிறது, எனினும் இந்தக் கவிதை மேற்சொன்ன வரிகளோடு நின்றுவிடாமல் இன்னும் நீள்கிறது,

கூட்டமில்லா
இந்த மதிய நேரப் பேருந்தில்
நீ முகர்ந்த
என் உள்ளங்கையை
மீண்டும் மீண்டும் முகர்ந்தபடியே பயணிக்கிறேன்
உன்னைக் கரம் பற்ற இயலா விதியின் முன்
பசியோடு விசும்பியபடி.

கூடவே வருகிறது
என் கோழைத்தனம்.

என்னும் வரிகளோடு கவிதை முற்றுப்பெற்று, இந்தக் கவிதைக்கு வேறு ஒரு கோணத்தையும், பொருளையும் சேர்த்தபடி முடிவுறுகிறது. காதலில் வெற்றி-தோல்வி ஆகிய இரண்டு பக்கங்களையும் ஒரே கவிதை முடிவாகக் கொண்டு, வாசகர்களோடு ஓர் உரையாடலை நிகழ்த்தும் தன்மையுடையதாய் மாறிவிட்டிருக்கிறது.

கவிதைகளில் அழகியலும், கலையுணர்வும் லாகவமாய்க் கூடிவந்திருக்கின்றன. தொகுப்பின் கவிதைகளை வாசிப்பது, மெல்லிய தென்றலின் வருடல் போல இலகுவாகவும், மனதிற்கு இதமான அனுபவமாகவும் இருப்பதை உறுதிப்படுத்தும் மொழிநடையும், கவிதைக் கருவும் கண்ணோட்டங்களும் அமையப்பெற்றிருக்கின்றன. கவிதைகளில் மிளிரும் அழகியல் உணர்வைக் கூற 'நாகலிங்க மரத்தடியில் பிறக்கும் இசை' என்னும் கவிதையை எடுத்துக்காட்டாகக் கூறலாம். 'அல்லி வட்ட அடுக்குகளில்' துவங்கும் அக்கவிதை 'காமத்தின் வாசனையை' மிடறுகளாய்ப் பருகி காதலில் தோய்த்தெடுத்த 'இசை தடவிய சொற்களை', 'நீலவால் விசிறியை அசைக்கும் பறவை'யின் வழி தூதனுப்பி, 'மென்பூவின் செவ்வாசல்' தேடிச்சென்று, 'தாக மலர்க் கிண்ணங்களில்' நிரம்பி வழியும் அழகியல் உணர்வைத் திகட்டத்திகட்டக் கொடுப்பதற்கு இந்தத் தொகுப்பு முழுமைக்கும் இந்த ஒரு கவிதையே போதுமானதாய் இருக்கிறது.

மனித வாழ்வின் முழுமையற்ற தன்மையைப் பிரதிபலிக்கும் கண்ணாடியாக 'முக்கோண மனிதன்' தொகுப்பில் இடம்பெற்றுள்ள கவிதைகள் திகழ்கின்றன. தன்னிலையில் முழுமைபெற்ற தன்மையுடைய பொருள் அல்லது அலகு என்று எதுவும் இல்லை என்னும் கூற்றை பின்நவீனத்துவமும் முன்மொழிகிறது. உண்மை, பொய், அன்பு, வெறுப்பு போன்ற பண்புகளும், குணங்களும் நிலைத்தன்மை அற்றவை. காலத்தோடு, அதன் போக்கும் நெகிழ்ந்து மாறுபடும் தன்மை கொண்டவை. இந்த மாறுபாடு உலகின் அனைத்துப் பொருளின்பாலும் ஊடறுத்துச் சென்று அவற்றின் முழுமைத் தன்மையைக் கேள்விக்கு உட்படுத்துகின்றது. மனித வாழ்க்கையும் அதனின்று தப்பிப் பிழைத்து இருக்கவில்லை.

மனிதனுக்கு தன்னைத்தானே நிறைவுற்றவனாய் உணர்வதற்கு எப்போதும் ஏதோ ஒன்று தேவைப்பட்டுக்கொண்டுதான் இருக்கிறது. இந்தத் தேவையின் பொருட்டு அவன் முழுமையற்ற தன்மைக்குள் மூழ்கிவிடுகிறான். பிருந்தா சாரதியின் 'முக்கோண மனிதன்' தொகுப்பில் இடம் பெற்றுள்ள கவிதைகள் இத்தகைய முழுமையற்ற தன்மைக்குள் வட்டமிடும் மனித வாழ்க்கையைப் படம்பிடித்துக் காட்டுகின்றன. இதன்வழி மனித வாழ்க்கையின் அவிழ்க்கப்படாத முடிச்சுகளில் ஒன்றினை அறிந்து வெளிப்படுத்த இக்கவிதைகள் சிறந்த கருவியாகப் பயன்படுத்தப்பட்டிருக்கின்றன.

> முதன் முதலாக
> நம் விரல்கள் பற்றிக்கொண்டபோது
> உதித்த கண்ணீரும்
> கடைசியாக
> நாம் கைகொடுத்துக் கொண்டபோது
> அரும்பிய புன்னகையும்
> என்றென்றும்
> சொல்லிக்கொண்டிருக்கும்
> கண்ணீர் என்றால்
> சோகமுமல்ல
> புன்னகை என்றால்
> மகிழ்ச்சியுமல்ல என்பதை.

'காட்சிப்பிழை' என்று தலைப்பிடப்பட்ட இந்தக் கவிதை, மனித உணர்வுகளின் முழுமையற்ற தன்மையையும், நிலைப்புத் தன்மையற்ற இயல்பையும் அழகாகச் சொல்லிச் செல்கிறது.

பல வண்ணப் பூக்களை ஒருசேர இணைத்து கோர்த்து எடுத்து கவிதைக் கதம்பமாக இயற்றப்பட்டிருக்கும் இந்த 'முக்கோண மனிதன்' கவிதைத் தொகுப்பு அனைத்துத் தரப்பு வாசகர்களையும் ஈர்க்கும் கவிதைகளை உள்ளடக்கியது. தன்னியல்பில் இருந்து பேசும் கவிதைகளுக்கு எப்போதும் ஆயுள் மிக அதிகம். அந்த வகையில் 'முக்கோண மனிதன்' தொகுப்பில் இடம் பெற்றுள்ள கவிதைகள் காலத்தை வென்று நிலைத்திருக்கக் கூடிய தன்மை உடையவை. கவிதைகளின் பன்முகத்தன்மையும் மனித வாழ்க்கையையும் மனித உணர்வுகளையும் இயல்புகளையும் சொல்லிச் செல்லும் பாங்கும் கவிதைகளில் நிறைந்திருக்கும் அழகியல் உணர்வும் சமூக அக்கறையும் இந்தத் தொகுப்பிற்கு மேலும் சிறப்புச் சேர்க்கும் என்பதில் ஐயமில்லை.

கவிஞர் பிருந்தா சாரதிக்கு என் மனம் நிறைந்த வாழ்த்துகள்!

மிக்க தோழமையுடன்,
நவீனா.

24, டிசம்பர் 2021.

## கவிஞரின் பிற நூல்கள்

1. நடைவண்டி
2. ஞாயிற்றுக்கிழமைப் பள்ளிக்கூடம்
3. பறவையின் நிழல்
4. எண்ணும் எழுத்தும்
5. மீன்கள் உறங்கும் குளம் (ஹைக்கூ)
6. இருளும் ஒளியும்
7. பச்சையம் என்பது பச்சை இரத்தம் (ஹைக்கூ)
8. பாஷோ என் பக்கத்து வீட்டுக்காரர் (ஹைக்கூ)